**• கனாவில்
உன் மொழி**

ஆசிரியரின் பிறவெளியீடுகள்

உயிராய் உணர்வாய்	150.00
சாரலே ஆசையாய்	170.00
அன்பின் சீற்றம் அணையுமோ	150.00
நினைவுகள் சுகமானால் நிஜங்கள் தித்திக்குமா	170.00
யசோதையின் இளஞ்சிங்கம்	160.00

கனாவில் உன் மொழி

1

துள்ளிக்குதித்து ஓடிக் கொண்டிருக்கும் பிஞ்சுக் குழந்தைகளை காணும் போது ஏதோ ஒரு நொடியில் குழந்தையாகவே இருந்திருக்கலாம் என்று தோன்றாமல் இருக்க முடியாது.

அத்தனை இன்பமயமான நொடிகள்!!

பிறக்கும் போதே வரம் வாங்கி பிறந்தவர்கள் மத்தியில் சாபம் வாங்கிப் பிறந்தவர்களும் உண்டு என்று நம் மக்களின் வாழ்க்கை தரத்தை சற்று கூர்ந்து கவனித்தாலே சொல்லிவிடலாம்.

தங்களது அப்பார்ட்மென்ட் பார்க்கிலிருந்து அங்கு விளையாடிக் கொண்டிருக்கும் குழந்தைகளை பார்த்த ராஜனின் எண்ணமிது!!

அருமையான வாழ்க்கையை அனுபவித்து வாழ்ந்து கொண்டிருந்தார்.

குறை ஒன்றும் அவர் வாழ்க்கையில் இருப்பதாக சொல்லிவிட முடியாது. எந்த நேரமும் வீட்டில் ஆட்டம் பாட்டம் கொண்டாட்டம் தான்.

ஒரு பெண் வீட்டில் இருந்தாலே சமாளிக்க முடியாது. அவர்கள் வீட்டில் மொத்தம் நான்கு பெண்கள் இருந்தார்கள். எப்போதும் வீட்டில் பேச்சு சத்தம் ஓயாமல் கேட்டுக்கொண்டே இருக்கும்.

இப்போது அந்த சத்தம் இல்லையென்பதால் தான் பார்க்கே சரணம் என்று இங்கு வந்து உட்கார்ந் திருக்கிறார்.

அவருக்கு துணையாக அவரது மகன் மாதவ் வந்து அமர்ந்தான்.

''என்னப்பா... யாரை இவ்வளவு சீரியஸா கண்ணை எடுக்காம பார்த்துட்டு இருக்கீங்க?'' என்றவனின் கண்கள் அலைபாய்ந்தது.

''எனக்குன்னு ஏண்டா இப்படி வந்து பிறந்த'' என்று அவன் கேட்காததை கேட்டுவிட்டது போல அவர் பேசியதற்கு காரணம் உண்டு.

அவன் கேட்ட. தினுசு அப்படி!!

''நான் என்னமோ யாரை சைட் அடிக்கிறீங்கன்னு கேட்டது போல திட்டறீங்க. ''பச்சைப் பிள்ளையாய் அவனை வேண்டுமென்றே அவர் திட்டுவது போல் அவன் பேசி வைக்க.

''நீ கேட்டதுக்கு அர்த்தம் என்ன வேணும்னாலும் இருக்கலாம். ஆனால் வீட்டுல போய் என்னன்னு சொல்லி வைப்ப... அப்பா அந்த மாமியோட கேட் வாக் போனார்ன்னு கூசாம பொய் சொல்லிவைப்ப... உன்னைப் பத்தி தெரியாதாடா'' சிலிர்த்துக் கொண் டார் ராஜ்.

''அப்படியெல்லாம் சொல்வேனாப்பா... நான் நீங்க கேஸ்க்காக மாமிகிட்ட பேசினீங்கன்னு மட்டும் தான் சொல்லுவேன்.... நம்ம வீட்டு பெண் குலங்கள் தான் அதை மாத்தி புரிஞ்சுக்கிட்டு உங்ககூட சண்டைக்கு வருவாங்க...''

''போதும்டா... இப்படியே பேசி என்னை எதுவும் பேச வைச்சு. வீட்டுல மாட்டிவிடணும்னு நினைக் காத... பாப்பாக்களை கூட்டிட்டு வந்துட்டியா.''

''இன்னும் போகலை.''

''அறிவிருக்காடா உனக்கு'' கோபமாக கேட்டுக் கொண்டே அவர் எழுவதை அவன் சட்டை செய் யவே இல்லை.

''ரொம்ப ஓவரா கோபப்படற மாதிரி நடிக்காதீங் கப்பா. உங்க பாப்பாக்கள் எல்லாம் எங்க இருக்காங் கன்னு தெரிஞ்சா சொல்லுங்க. நான் போய்

கூட்டிக்கிட்டு வர்றேன்'' என்று சொல்லவும் அவரும் திரு திருவென்று முழித்தார்.

அவருக்கே எங்கே இருக்கிறார்கள். அந்த பாப் பாக்கள் என்று தெரியாது...!!

''போன் பண்ணி கேளேண்டா...''

''அப்படின்னு ஒண்ணு அவங்ககிட்ட இருந்தா நானே போன் பண்ணிருக்கமாட்டேனா... எனக்கு மட்டும் தங்கச்சிங்களா வந்து பிறந்திருக்குங்க... நரிங்க'' முனங்கிக்கொண்டே எழுந்தவன் தன் னுடைய செக்ரட்டரிக்கு போன் செய்து அன்றைய நாளில் செய்ய வேண்டிய வேலைகளை வேறொரு நாளில் மாற்ற சொல்லி உத்தரவு பிறப்பித்தான்.

தங்கைகளின் மேல் அவ்வளவு பாசம்!!

சொல்லி வைத்தார் போல் மூன்று நரிகளும் ஒரே நாளில் ஒரே ஊரில் இருந்து கொண்டு, அங்கே இருந்து கிளம்பி வராமல் வெவ்வேறு ஊரிலிருந்து புறப்பட்டு வருகிறார்கள்.

அதிலும் ஒருத்தி பேருந்து நிறுத்தத்திற்கு வர சொல்லியிருக்கிறாள்... இன்னொருத்தி ஏர்போர்ட் டிற்கு வர சொல்லியிருக்கிறாள்... அடுத்த குள்ள நரி ரயில்வே ஸ்டேஷனிற்கு வர சொல்லியிருக்கிறது.

அவர்களை கூட்டிக் கொண்டு வர ஆள் அனுப்பு வதில் கூட பிரச்சனையில்லை.

அதில் அவர்களுக்கு பிடித்த காரையும் பைக் கையும் கொண்டு போய் அவர்களிடம் கொடுக்க

வேண்டும்... இதில் எந்த நரி... எதன் மூலம் வீட்டிற்கு வரப் போகிறது என்று தெரியவில்லை...

ரயில்வே ஸ்டேஷனிற்கு வர சொன்னவள் பேருந்தில் வருவாளா... இல்லை ஃப்ளைட்டில் வருவாளா...!!

அது தான் இங்கே பெரிய குழப்பம்...!!

மூன்று நரிகளும் அவன் தலையை பிய்த்துக் கொள்ள வைத்தார்கள்.

ஒரு வழியாக முடிவுக்கு வந்த மாதவ்'' அப்பா அவங்க மூணு பேரையும் சைக்கிள்ல கூட்டிக்கிட்டு வந்துடறேன்'' என்று அவன் சொல்லும் போதே.

'தங்கைக்கு ஓர் கீதம்' என்று பாடிக்கொண்டே மாதவ் தன் மூன்று தங்கைகளையும் சைக்கிளில் வைத்து தள்ள முடியாமல் தள்ளுவதைப் போல கற்பனை செய்து பார்த்த ராஜனுக்கு சிரிப்பை அடக்க முடியவில்லை.

''அடேய் மாதவா... நீ என்ன பாவம் பண்ணேன்னு தெரியல... எனக்கு மகனா பிறந்திருக்க... அதனால இதையெல்லாம் நீ அனுபவிச்சு தான் ஆகணும்'' என்று அவனைப் பார்த்து மீண்டும் ஓர் முறை நக்கலாக சிரித்து விட்டு மாமியிடம் அவரது விவாகரத்து கேஸ் எந்த நிலையில் இருக்கிறது என்று கேட்க போய்விட்டார்...

ராஜ் முன்பு நீதிபதியாக இருந்தார்... தீர்ப்பு எழுதுவதில் அவருக்கு விருப்பமில்லை... அவருடைய

ராஜாங்கத்தில் நாரதராக இருக்கவே விருப்பப்
பட்டார்... அதனால் மீண்டும் வக்கிலாகவே இருக்க
அவர் ஆசைப்பட, அவரின் மகன் தான் விடவில்லை.

''நம்ம வீட்டுல கலகம் பண்ணுங்க... அதுவே
போதும்ப்பா'' செல்லமாக அப்பாவை மிரட்டி வீட்டில்
அமர வைத்து விட்டான்.

எத்தனை நாள் அம்மா மட்டும் அந்த நரிகளிடம்
சிக்கி தவிப்பது என்று நல்லெண்ணத்தில் அவன்
இப்படி செய்யப் போக. அந்த நரிகளுக்கு தந்திரம்
சொல்லிக்கொடுக்கும் நாரதராகவே ராஜ் மாறுவார்
என்று அவன் கனவிலும் நினைத்தான் இல்லை.

இப்போதும் கூட அவர்களின் பயணத்தில் மாற்றம்
செய்தது அவராகத்தான் இருக்க வேண்டும் என்று
அவனுக்கு நன்றாகவே புரிந்தது. இருந்தும் என்ன
செய்ய... எல்லாம் விதி என்று நொந்துகொண்டு தன்
வீட்டில் இருப்பவர்களிடம் ஆளுக்கு ஒரு சைக்கிளாக
கொடுத்து மூன்று பேர் வரும் இடங்களுக்கு சென்று
வெளியே நிற்க சொன்னான்...

ஆனால் இவன் மணிக்கணக்கில் காத்திருந்தது
தான் மிச்சம். அவனுக்கு முன்பே மூன்று நரிகளும்
வீட்டிருக்கு வந்து விட்டிருந்தனர்.

அவன் மேல் பாவம் பார்த்த மணிமொழி,
''வீட்டுக்கு வந்தோட்டும்டா அண்ணா... நீ வந்துடு''
என்று பாசமாக சொல்ல தங்கைகளை காணும்

ஆவலில் காத்திருந்த நேரத்தை மறந்து அவசரமாக வீட்டுக்கு வந்தான்.

"அண்ணா வர்ற வரை. நாங்க உள்ள வரமாட் டோம்" என்று தேன்மொழி உறுதியாக கூறிவிட, ஆரத்தி தட்டோடு அவர்களின் அம்மா. சத்யா வெளியே நின்றுகொண்டிருந்தார்.

"மாதவ நாயர் வந்தாச்சு" என்று கத்திக்கொண்டே அவன் மேல் தேனை தேன்மொழி ஊற்ற... அவனும் முகத்தில் வழிந்த தேனை ருசி பார்த்துவிட்டு.

"நாட்டுத்தேனா வாங்கியிருக்கலாமில்ல தேனு" என்று கேட்க.

"உனக்கெல்லாம் சொரனையே இல்லையாடா அண்ணா" என்று கேட்டுக்கொண்டு அவன் மேல் பாசமாக சாய்ந்துக் கொண்டாள் கனிமொழி...

அவன் தங்கையின் தலையை வருட, அந்த காட் சியை பார்த்து ராஜ் ரசிக்க... சட்டென்று பேனாவின் மையை எடுத்து அப்பாவின் சட்டையில் ஊற்றி விட்டாள் கனிமொழி.

அவர் பாவமாக விழிக்க, "கறைபடியாத கைன்னு எத்தனை முறை சொல்லுவீங்க... இப்போ சொல் லுங்க பார்ப்போம்" என்று சொல்லிவிட்டு அம்மா வின் கைகளுக்கு அகப்படாமல் உள்ளே ஓடிவிட்டாள் கனிமொழி.

அந்த வீட்டின் நரிகள் என்று சொல்லப்பட்ட மூன்று பெண்களும் ஒரே பிரசவத்தில் பிறந்தவர்கள்.

இதில் யார் முதலில் பிறந்தது, யார் கடைசியில் பிறந்தது என்ற ரகசியத்தை இன்றளவும் அவர்கள் சொல்லவில்லை.

அப்படி சொல்லாமலேயே நான் தான் அக்கா எனக்கு மரியாதை கொடு... நான் தான் தங்கச்சி எனக்கு விட்டுக்கொடு போன்ற சண்டைகள் எல்லாம் பஞ்சமில்லாமல் நடந்து கொண்டிருக்கின்றன.

முத்தான மூன்று மொழிகளுக்குள்ளும் குணத் திலும் சரி. முகத்திலும் சரி... சிறுசிறு வேற்றுமைகள் மட்டுமே உண்டு. மற்றபடி முதலில் பார்ப்பவர்களால் யாரையும் அடையாளம் கண்டு பெயர் சொல்லிவிட முடியாது.

மூன்று பேருமே ஒரே அறையில் தான் தங்கியிருந் தார்கள். அந்த அறையின் நீள அகலம் சாதாரணமாக ஒரு நடுத்தரக் குடும்பத்தினரின் வீட்டின் அளவிற்கு இருந்தது.

மூன்று படுக்கையும் சேர்ந்து தான் இருந்தது. அவர்களின் பொருட்களை எல்லாம் வைக்க நிச்சயம் அந்த அளவு வேண்டும் தானே!!

மகள்கள் அறைக்குள் நுழைந்த நொடியில் கையில் புகைப்படத்துடன் சத்யா நுழைய பின்னோடு ராஜனும், மாதவும் வந்து சேர்ந்தார்கள்.

போட்டோவை அவர்கள் முன் வைக்க... அதை ஒரே நேரத்தில் எடுத்த மூவரும்... "சூப்பர்."

"ஹேன்ட்சம்."

"ஸ்மார்ட்" என்று அந்த ஆடவனை பற்றி மூன்று பெண்களும் வர்ணிக்க.

"மாப்பிள்ளை பெயர் என்ன?" என்று தேன்மொழி கேட்கவும்.

"அன்பு" என்று சத்யா சொன்ன நொடியில் தேன் மொழி மற்றும் கனிமொழியின் கைகள் போட்டோ வில் இருந்த தங்களது கைகளையும் கண்களையும் எடுத்துக்கொண்டனர்.

மணிமொழி மட்டும் ஆசையாக பார்த்துக் கொண் டிருந்தாள். அதிலிருந்தே அது அவளுக்கு பார்த்த மாப்பிள்ளை என்று புரிந்துகொள்ளலாம்.

"உங்களுக்குள்ள எப்படி. இப்படி ஒரு புரிதல் நரிங்களா" ஆச்சர்யமாக வினவிய மாதவிடம்.

"நீ முட்டாள்னு உன்னோட செக்ரட்டரி சொல்றது சரியாதான் இருக்கு" என்று அவனது செக்ரட்டரியைப் பற்றி வத்தி வைத்த தேன்மொழி...

"நம்ம வீட்டுல ஜாதகப் பொருத்தத்தை விட பெயர் பொருத்தத்தை தானே பார்ப்போம்... அப்பா அம்மா பேரை சேர்த்து சொன்னா... சத்யராஜ்... சொல்லும் போதே முழுமையா இருக்கில்ல... அதே போலதான் நம்ம தாத்தா பாட்டிக்கும் பார்த்து கல்யாணம் பண்ணினாங்க... அப்போ அன்புக்கு பொருத்தமான பெயர் மணி தானே... அன்புமணி..." என்று மொக்கையான காரணத்தை எடுத்து

வைக்கவும். முகத்தை அஷ்டக்கோணலாக்கியவன் பதில் பேசவில்லை.

''மாப்பிள்ளை காட்டன் மில் வைச்சிருக்கார்'' என்று சத்யா சொன்ன நொடியில்...

''வரே வா'' என்ற கனிமொழி. மணிமொழியின் கன்னத்தில் முத்தம் வைத்தாள்.

காரணம் இல்லாமல் இல்லை...!!

ஜவுளி சாம்ராஜ்யத்தின் முடிசூடா மன்னர்களாக இருக்கிறவர்களுக்கு காட்டன் மில் வைத்திருப்பவர் மருமகனாக வந்தால் இன்னும் பெருமையல்லவா!!

முன்பு சத்யா கவனித்துக்கொண்ட தொழிலை மேனேஜ்மென்ட் படித்து முடித்திருந்த மாதவன் எடுத்துக்கொண்டான்.

மணிமொழி ஆடிட்டிங் பார்க்கும் பொறுப்பில் இருக்கிறாள்.

தேன்மொழி ஆடை வடிவமைப்பு பிரிவில் இருக்கிறாள்.

கனிமொழி அவர்களின் பொருட்களை விற்பனை செய்ய... சொந்தமாக டிவி சேனலை நிர்வகித்து வருகிறாள்.

மொத்தத்தில் அவர்களின் சாம்ராஜ்யத்தின் பெருமையை வேறு யாருக்கும் விட்டுக்கொடுக்கக் கூடாதென்ற எண்ணத்தில் நான்கு பிள்ளைகளும் தங்களது திறமைகளை காட்டி வருகின்றனர்.

இதில் சத்யராஜ் தம்பதிகளுக்கு கொள்ளை பெருமை!!

இவர்களின் பேச்சுக்கள் எதுவும் மணிமொழியின் காதில் விழுந்தது போல இல்லை. அந்த அளவுக்கு மூழ்கிவிட்டாள்.

மகளின் முகத்திலிருந்தே சம்மதத்தை அறிந்த ராஜன், அடுத்த இரண்டு மகளிடமும் ''அன்புக்கு அண்ணன் கூட இருக்கான். அவனுக்கு இன்னும் கல்யாணம் ஆகலே. அந்த பையன் பெயர் கூட கவிச்செல்வன்'' என்று சொல்ல...

''தேன் கவி... பேரே அம்சமா இருக்கு'' என்று கனிமொழி ஆர்ப்பரிக்க... தேன்மொழியின் முகம் வெறுப்பைக் காட்டியது.

''ஒரே வீட்டுல வேண்டாம்ப்பா... அப்புறம் கனி தனிச்சு நின்னுடுவா... எங்களோட வாழ்க்கை எங்க இருந்தாலும் ஒரே கோட்டில் தான் இருக்கணும்'' ஒரு வித அழுத்தத்துடன் வார்த்தைகள் வெளிவர, கனிமொழி தான் அவளை தேற்றினாள்.

''நீ அவரை கல்யாணம் பண்ணிக்க தேனு... எனக்குன்னு இருக்கானே... நம்ம அண்ணன்... அவனுக்கு கல்யாணம் பண்ற இடத்தில பையன் இருந்தா நான் கல்யாணம் பண்ணிட்டுப் போறேன்... கண்டிஷன் போட்டு அவனுக்கு பொண்ணை தேடு வோம்'' என்று ஐடியா சொல்வது போல மாதவ்க்கு ஆப்பு வைக்க ரெடியாக அவனோ அவர்களை முந்திக் கொண்டான்.

''தங்கச்சிங்களா... உங்க கல்யாணம் முடிஞ்ச பின்னாடி... நான் பொண்ணு பார்த்துக்கறேன்... என் பொண்டாட்டிக்கு நாத்தனார் வேலை பண்ணனும்னு யாரும் ஐடியா பண்ண வேண்டாம்... இப்போ இந்த கவிச்செல்வனை பேசி முடிக்கலாமா... வேண்டாமா'' என்றதும் இந்த முறையும் தேன்மொழி...

''வேண்டாம்டா அண்ணா... எனக்கு ஏனோ பிடிக்கலை'' காரணமே இல்லாமல் தங்களை பிரிக்க வந்தவன் என்ற நினைப்பு மனதில் ஓட வெறுப்பு மண்டியது அவள் குரலில்...

''அப்போ நான் பண்ணிக்கறேன்'' என்று புகைப் படத்தை பார்க்காமலேயே கனிமொழி சொல்லவும்... அதற்கும்.

''கூடாது'' என்று அவளே ஆர்டர் போட்டாள்.

தேன்மொழி எது செய்தாலும் அதில் ஓர் அர்த்தம் இருக்கும்.

ஒரே சமயத்தில் பிறந்திருந்தாலும் மணிமொழிக்கு தான் திருமணம் செய்துகொள்வதற்கான பக்குவம் வந்திருந்தது. அதனாலேயே அவளுக்கு ஏற்றது போல் மாப்பிள்ளை பார்த்தார்கள்.

தேன்மொழி எதையும் எடுத்தேன் கவிழ்த்தேன் என்று செய்தாலும், அவள் செய்வதில் நிச்சயம் நல்லது இருக்கும் என்பதால் யாரும் எதுவும் சொல்ல வில்லை. அவளுடைய அழுத்தம். நிமிர்வு நெருங்கிய

வர்களை தவிர மற்றவர்களை ஓர் எல்லைக்கு மேலே
அனுமதிக்காது.

2

டைனிங் டேபிளில் இருக்கும் அத்தனை பதார்த்
தங்களையும் ருசி பார்த்துக் கொண்டிருந்த தேன்
மொழி அப்போது தான் மூளை விழித்துக் கொண்
டதன் அடையாளமாக, ''அண்ணனுக்கு கல்யாணம்
பண்ணாமல், எதுக்கு தம்பிக்கு பண்ணுறாங்க''
கேள்விக்கணைகளை நேரடியாக அம்மாவிடம்
செலுத்தினாள்.

''அந்தப் பையனுக்கு இப்போதைக்கு கல்யாணம்
பண்ண இஷ்டம் இல்லையாம். அன்பு தம்பிக்கு
இந்த வருசத்துக்குள்ள கல்யாணம் பண்ணலைன்னா.
அடுத்து பத்து வருஷத்துக்கு கல்யாண யோகம்
இல்லையாம். அதனால தான் அவசரமா அன்புக்கு
பார்க்கறாங்க.''

'தம்பிக்கே கல்யாணம். நீ ஏன் இன்னும் பண்ணிக்
கலைன்னு' கவிச்செல்வனை பார்த்து நாலு பேர்
கேள்வி கேட்கணும்னு அவங்க வீட்டுல இருக்கவங்
களுக்கு ரொம்ப ஆசையாம். அப்போவாவது பெரிய

பையன் மனசு மாறும்னு எல்லாம் ஏற்பாடு பண்றாங்க'' என்று சொல்லும் போதே.

'என்ன குடும்பம்டா சாமி. இப்படி பையனை டேமேஜ் பண்ண எல்லா ஏற்பாடும் பக்காவா பண்றாங்க' கனிமொழியின் கண்கள் தேன்மொழியிடம் மெசேஜை பாஸ் செய்ய, அவளது கண்களும் அதையே பிரதிபலித்தது.

மாதவிற்கு இந்த கண்கள் பேசும் வார்த்தைகள் வயிற்றில் புளியை கரைக்க, அவசரமாக அப்பாவிற்கு கண் காட்டினான்.

அவரோ அவன் சொல்ல வருவதை தெளிவாக புரிந்துகொண்டு, செல்ல மகள்களின் எண்ணப் போக்கை எண்ணி மனதில் சிலாகித்துக்கொண்டார்.

''நீங்க நினைக்கிறதையே தான் நானும் நினைக்கிறேன் பாப்பா...நானும் உங்க கட்சி...'' என்று தடாலென்று மகள்களின் பக்கம் சாயவும். மாதவ் தன் தலையிலேயே அடித்துகொண்டான்.

''இப்போ மணிமொழிக்கு அந்தப் பையனை பேசுவோமா. வேண்டாமா'' எரிச்சலுடன் மாதவ் வினவ, மணிமொழியின் கண்கள் கலக்கத்துடன் தமையனை சந்தித்தது.

அதை அந்த வீட்டில் உள்ளவர்கள் அனைவரும் பார்த்துவிட, வெற்றிகரமாக அன்புக்கு இந்த மணி தான் என்று அனைவராலும் முடிவு செய்யப்பட்டது.

மாப்பிள்ளை வீட்டார் அடுத்த இரண்டு நாட்களில் பெண் பார்க்க வந்து விட்டார்கள்.

அவர்களுடன் கவிச்செல்வன் வரவில்லை.

அன்பின் விழிகள் துணையை காணும் ஆவலில் வீட்டை ஓரக்கண்ணால் அலச. சத்யா புரிந்து கொண்டு பெண்ணை அழைக்க சென்றார்.

அவர் சொல்லாமலேயே குடும்ப குத்து விளக்காக தன்னை அலங்கரித்துக்கொண்ட மணிமொழியின் கன்னத்தில் திருஷ்டிப் பொட்டை கண்ணுக்குப் புலப்படாத வகையில் வைத்துவிட்டு, அவளை அழைத்துக் கொண்டு முன்னே செல்ல முனைய. பின்னாலேயே அவர் பெற்ற மற்ற இரண்டு செல்வங்கள் வர. ''நீங்க ஏண்டி வர்றீங்க... அவங்க போற வரைக்கும் உள்ளேயே இருங்க'' அவர் அதட்டு வதையும் பொருட்படுத்தாதவர்கள்.

''பையன் நல்லவனா, கெட்டவனான்னு நாங்க எப்படி தெரிஞ்சுக்கறது... நாங்களும் வருவோம். அப்போதான் மாப்பிள்ளையோட கண்ணு எந்தப் பக்கம் எல்லாம் அலைபாயுதுன்னு பார்த்து, எங்களால மார்க் போட முடியும்'' என்று ஒருசேர மற்ற இரு பெண்களும் சொன்னார்கள்.

''மாப்பிள்ளையோட கண்ணை கவனிக்க வேண் டியது என் வேலை'' இது கனிமொழி.

''மாப்பிள்ளை வீட்டுக்காரவங்களை கவனிக்க வேண்டியது என் வேலை'' இது தேன்மொழி.

''மொத்தத்தில் உங்ககிட்ட இருந்து மாப்பிள் ளையை காப்பாத்தறது என் வேலை?'' இது இவர் களின் பேச்சை ஒட்டுக்கேட்டுக் கொண்டிருந்த மாதவ் தனக்கு தானே இட்டுக்கொண்ட முக்கியமான வேலை.

பிள்ளைகள் மூவரையும் அதட்டிய சத்யா, ''மணிமொழி மட்டும் வந்தா போதும். நீங்க யாரும் வர வேண்டாம். கொஞ்சமாவது விவரம் இருந்தா, இப்படி அவளை மாதிரியே அலங்காரம் பண்ணிட்டு நிற்பிங்களா. இதுல பொண்ணு யாருன்னு அவங்க குழம்பிட்டாங்கன்னா என்ன செய்யறது'' புலம்பிக் கொண்டே அவர்களை விடுத்து, மணிமொழியை அழைத்துக்கொண்டு கீழே போக. தாயின் பேச்சை காதில் போட்டுக் கொள்ளாதவர்களாய் அவர்களை தாண்டி முன்னாடி போய்விட்டார்கள்.

மொத்தத்தில் மாப்பிள்ளை வீட்டாருக்கு மணப் பெண் யாரென்று குழப்பம் ஏற்பட்டுவிட்டது.

ஒரே ஜாடையாக இருக்கும் மூவரில் யாருடைய போட்டோவை பார்த்தோம் என்று அன்பு தலையை பிய்த்துக்கொள்ள வழியின்றி மூன்று பெண்களையும் மாறி மாறி பார்த்தான்.

இறுதியில் ஒரு முடிவோடு, ''அம்மா, நீங்க என்ன சொன்னாலும் நான் சம்மதிக்கிறேன். இப்போ நான் கிளம்பறேன்'' என்று கிளம்பி விட, நமுட்டு சிரிப்பு சிரித்த சகோதரிகள். மணிமொழியை வாசலில்

கொண்டு போய்விட்டு விட்டு திரும்ப, அவளுக்கோ கார் பக்கத்தில் கண்ணைக் கசக்கிக்கொண்டு தன்னுடைய போட்டோவை உற்று உற்று பார்த்த அன்பை மிகவும் பிடித்துப் போய்விட்டது.

அவள் அவன் பக்கத்தில் போய் நிற்க. எதுவும் அவளிடம் பேசாமல், புகைப்படத்தையும் அவளின் முகத்தையும் ஒப்பிட்டுப் பார்த்துவிட்டு, ஒரு நிம்மதி பெருமூச்சுடன், ''நீங்க தானே நான் பார்க்க வந்த பொண்ணு'' என்று நிறுத்தினான்.

''ம்ம்'' என்பதற்கு மேல் அவளுக்கு வார்த்தைகள் வரவில்லை.

''உங்களுக்கும், உள்ள இருக்கவங்களுக்கும் ஒரு வித்தியாசம் கண்டுபிடிச்சிட்டேன்.''

''அப்படியா...''

''என்னங்க... இப்படி அப்படியான்னு கேட்டு நிறுத்திட்டிங்க. அப்படி என்ன வித்தியாசம்னு கேட்க மாட்டீங்களா.''

''சொல்லுங்களேன்.''

''அவங்களை விட நீங்க கொஞ்சம், கொஞ்சமே கொஞ்சம் அமுல் பேபி மாதிரி இருக்கீங்க'' என்று அவன் சொல்ல.

''அப்போ நான் குண்டா இருக்கேன்னு சொல் றீங்களா?'' சண்டைக்கு வரிந்து கட்டிக் கொண்டு நின்றாள்.

"இல்லைங்க... நீங்க நார்மல் வெயிட் தான். உள்ள இருக்கவங்க தான். பேசண்ட் மாதிரி இளைச்சு இருக்காங்க?" என்று அவளுடைய சகோதரிகளைப் பற்றி குறை சொன்ன போது கோபம் வந்தாலும் அது நிலைக்கவில்லை.

அவனுக்கு அவள் கொஞ்சம் ஸ்பெஷலாக அழகாக தெரிகின்றாளே... இது போதாதாமா!!

"அவங்ககிட்ட சொல்றேன் பாருங்க" கொஞ்ச லான வார்த்தைகள் கூட காதலை பிரதிபலித்ததோ!!

"நானே சொல்றேன்... கூப்பிடு அவங்களை" வீரவசனமாக பேசியவன். மணிமொழி உடன்பிறந் தவர்களை அழைக்க வாயை திறக்க, "வேண்டாம்" என்று சரணடைந்தான்.

"அது" என்று செல்லமாக மிரட்டினாள்.

"நாம வெளியே போகலாமா?" உடனடியாக தனது ஆசையை வெளியிட்டான்.

"நாங்களும் வருவோம்" இடையிட்டது மற்ற இரு பெண்களின் குரல்கள்.

"ஒட்டுக்கேட்டுக்கிட்டா இருக்கீங்க" கோபப்பட்ட மணிமொழியிடம்,

"நாங்க எல்லாம் அப்படி இல்லப்பா. உங்களை உள்ள அழைச்சிட்டு வர சொல்லி எங்களை அனுப்பின பின்னாடியும் நீங்க பேசறதை கெடுக்க வேண்டாம்னு ஒதுங்கி நிற்கறோம். எங்களைப் பார்த்து இப்படி

சொல்லலாமா. இதைக் கேட்டு இன்னும் இந்த பூமி பிளக்காம ஏன் இருக்குது'' தேனின் இனிமையான குரலில் ஒரு நாடகம் அரங்கேற தயாராக ஆபத் பாண்டவனாய் வந்து சேர்ந்தான் மாதவ்.

''நானும் உங்ககூட வரட்டுமா மாப்பிள்ளை'' தயக்கத்துடன் கேட்க, 'மொத்தக் குடும்பமே நாங்க பேசறதை தான் கேட்டுட்டு இருக்குமோ... கொஞ்ச நாளைக்கு இடைவெளி விட்டே நடடா அன்பு' தனக்குக் கட்டளையிட்டுவிட்ட, ''நாங்க போக லிங்க'' என்று ஜகா வாங்கினான்.

இத்தனை கும்பலோடு வெளியே போனால் மனம் விட்டு பேசத்தான் முடியுமா!!

''பயப்படாதீங்க மாப்பிள்ளை. நீங்க மணி கூட பேசும் போது, இவங்களை நான் கவனிச்சுக்குவேன், உங்களுக்கு உதவி செய்யத்தான் வந்தேன். தனியா மணியை அனுப்பமாட்டாங்க...''

''வாங்க போகலாம்'' மனமேயின்றி காரில் ஏற, அவன் பக்கத்தில் மாதவ் அமர, சலித்துக் கொண் டான் அன்பு.

ஆசையாய் பெண் பார்க்க வந்து, அவளுடன் தனி யாய் ஒரு வார்த்தை பேச முடியவில்லை. ஏங்கியது இளமனது!!

சிட்டியில் மிகவும் பிரபலமான தங்களின் ஐந்து நட்சத்திர ஹோட்டலுக்கு அவன் வண்டியை விட, இடையிலேயே மாதவ் நிறுத்த சொல்லி, இரு தங்கைகளை தன்னுடன் இறங்க சொன்னான்.

''நீங்க மட்டும் போயிட்டு ஒரு அரைமணி நேரத்தில் வந்துடுங்க... நாங்க இங்க இருக்கோம்'' என்று மாதவ் வழியனுப்பும் சமயம்...

''ஏசியில் உட்கார்ந்து ஜூஸை கலக்கி கலக்கிக் குடிக்கிறதை விட, நம்ம அஞ்சலையம்மா கடை பிரியாணி செம ஜோரு தான்'' என்று யாரோ சொல்லுவது அன்பின் காதில் கேட்டது.

நிச்சயம் அது கனியோ இல்லை தேனாகத்தான் இருக்க வேண்டும் என்று மனம் அடித்து சொன்னது.

இதே வார்த்தைகளை எங்கேயோ கேட்டது போல மனம் அடித்து சொல்லி, நினைவலைகளை தட்டி எழுப்ப சொல்ல, அருகிலிருந்து மணியின் முகம் அதை செய்ய விடாமல் தடுக்க, அவளுடன் ஹோட்டலின் உள்ளே சென்றான்.

பலமுறை தொழில் நிமித்தமாக அங்கே வந்திருந்தாலும் இப்போது ஒரு உரிமையுடன் அவனுடன் நடந்தாள்.

திருமணத்திற்கு முன்பே அங்கே இருப்பவர்களிடம் அவளை அறிமுகம் செய்து வைத்தான்.

அவனுக்கென்ற பிரத்யேக டேபிளில் அமர, உடனடியாக இரண்டு பழச்சாறுகள் வந்து சேர்ந்தது.

''இன்னும் அரை மணி நேரத்துக்கு இந்தப் பக்கம் யாரும் வரமாட்டாங்க... உன்னைப் பத்தி நீ சொல்லு... என்னைப் பத்தி நான் சொல்றேன்.

உன்னோட எதிர்பார்ப்பு எந்த மாதிரி'' என்று இழுக்கவும் செய்தான்.

''என்னோட எதிர்பார்ப்புன்னு சொல்றதுக்கு எதுவும் இல்ல. எனக்கு எப்பவும் உண்மையா என்னோட ஹஸ்பண்ட் நடந்துக்கணும். தொழில் விஷயத்துல நான் அதிகம் தொந்தரவு கொடுக்கமாட்டேன். எங்களோட ஆபீஸ்ல ஆடிட்டிங் பார்த்துட்டு இருக்கேன். என்னால அதை எப்பவும் விட முடியாது மட்டும் தான் என்னோட எதிர்பார்ப்பு.''

''நாட் பேட். நான் நிறைய இருக்கும்னு நினைச்சேன்... எனக்கெல்லாம் நிறைய எதிர்பார்ப்பு இருக்கு. அதையெல்லாம் சொல்ல அரைமணிநேரம் போதாது. பல இரவுகள் வேணும்.''

முதலில் என்ன சொல்ல வருகிறான் என்று புரியாமல் ஜூஸில் கண்ணைப் பதித்து இருந்தவள், புரிந்த நொடி எப்படி ரியாக்ட் செய்வது என்று தெரியாமல் குழம்பிப் போனாள்.

உரிமையாக பேசுகிறான். இதில் தவறென்ன என்று எண்ணி வெட்கப்படவும் முடியவில்லை. நிச்சயம் ஆகக் கூட இல்லை, அதற்குள் எதற்கு இந்த மாதிரி பேச்சு என்று கோபப்பட்டு சட்டென்று எழவும் முடியவில்லை.

''என்ன பதிலே காணோம்.''

''இந்த மாதிரி பேச்சுக்கள் கொஞ்ச நாளைக்கு தவிர்க்கலாமே...'' நாசூக்காக அவள் சொல்வது கூட அவனுக்கு பிடித்துத்தான் இருந்தது.

இன்றையக் காலக்கட்டத்தில் ஒரு ஆண்... அதுவும் செல்வ செழிப்பில் வளர்ந்து, வெளிநாடுகளில் எல் லாம் சுற்றி, அங்கிருக்கும் கலாச்சாரங்களை எல்லாம் பார்த்தவனுக்கு இப்படிப்பட்ட பேச்சுக்கள் எல்லாம் சாதாரணம் தான்.

அதை அசாதாரணம் என்று நினைக்கும் வருங் கால மனைவியிடம் நிச்சயம் அவனுக்கு கோபம் ஏற்படவில்லை.

மாசற்ற மணியாக, உரிமை கொண்டாடப் போகிற வனிடமே கொஞ்சமே கொஞ்சம் விலகலை காண் பிக்கும் அவளை அவனுக்கு மிக மிக பிடித்து விட்டது.

''உனக்கு பிடிச்சதை மட்டுமே பேசலாம்னு நான் முடிவு பண்ணியிருக்கேன். ஏன்னா எனக்கு உன்னைப் பிடிச்சிருக்கே'' என்று சொல்லவும் அவளின் தலை தானாக கவிழ்ந்துகொண்டது.

முகத்தின் வெட்கரேகை அவளுக்கும் தன்னைப் பிடித்திருக்கிறது என்று சொல்லாமல் சொல்ல, உடனடியாக நிச்சய தேதியை குறிக்க வேறு எதுவும் காரண காரியங்கள் அவசிமயமானதா!!

அரைமணி நேரம் நொடிப் பொழுதில் சென்று விட, அவர்களுக்காய் வெளியில் மூவரும் காத்திருந் தார்கள்.

''உங்களுக்கு இப்படி வெளியே சாப்பிடறது பிடிக்குமா'' தயக்கமேயில்லாமல் அன்பு தேனிடம் கேட்க.

"மணிக்கு இது பிடிக்காது" என்று அவனுக்கு வேண்டிய பதிலையும், கூடவே தங்களுக்கு எது பிடித்திருக்கிறது... பிடிக்கவில்லை என்று ஆராய முற்பட வேண்டாம் என்ற மறைமுக அதட்டலும் வெளிப்பட, அதன் பின் அவர்களின் பக்கம் அவன் பார்வையை செலுத்தவில்லை.

வெளியில் நின்று உண்ணுவதை அவன் கவுரவ குறைச்சலாக நினைத்தது என்னவோ உண்மை. அதை மறையாமல் அவர்களிடம் கேட்டும்விட்டான் தான்.

அதற்கு பல்பு கொடுத்த தேனின் மேல் அவனுக்கு கோபம் எல்லாம் இல்லை. ஆனால் ஒரு வித விலகல் தன்மை உருவானது என்னவோ நிஜம். இதில் யாருக்கும் எந்தவித நஷ்டமும் இல்லையென்பதால் அப்படியே விட்டுவிடலாம்.

அவனுடைய மணி, அவனுக்கு ஏற்றார் போல இருக்கிறாள். இது போதும் என்ற நினைப்புடன் வீட்டிற்கு வந்து அனைவரிடமும் சம்மதம் சொல்லி, அம்மா அப்பாவை வீட்டிற்கு அழைத்தும் வந்து விட்டான்.

இரவு வேளை தாண்டியும் விழித்திருந்த தாயை அனுப்பிவிட்டு தானே காத்திருந்தான் அன்பு.

எல்லாம் யாருக்காக... அண்ணனுக்காக தான்...

நடை தள்ளாடியபடி நடந்து வந்த கார்த்திக் கவிச் செல்வனை கண்ட போது, அவனுக்கு வேதனையாக இருந்தது.

ஓடிப்போய் தாங்கிக் கொண்டான்.

அவனை விலக்கி நிறுத்திய கவிச்செல்வன், ''நீ இப்படி ஓடி வர்றத பார்த்தா. நான் ட்ரிங்க் பண்ணிருக்கேன்னு நினைச்சுக்கப் போறாங்கடா... தள்ளிப் போ'' என்று தன்னைவிட ஒன்றரை வயது சின்னவனான அன்பை தள்ளிவிட்டான்.

தள்ளாட்டமான நடை குடியினால் வந்தது அல்ல. பல நாட்கள் உறக்கமில்லாமல் இருந்ததால் கண்கள்... 'நீ சற்று உறங்கத்தான் செய்யேன்' என்று ஏங்கி அவனை சம்மதிக்க வைக்க போராடியதினால் வந்த தள்ளாட்டம்.

''அண்ணன் என்னடா தம்பி என்னடா அவசரமான உலகத்திலே'' என்று பாடும் அண்ணனை குற்ற உணர்ச்சியோடு பார்த்தான் அன்பு.

ஆயிரம் தான் காரணம் சொன்னாலும், அவனுக்கு முன்பு திருமணம் செய்துகொள்வது அவனுக்கு சங்கடத்தையே கொடுத்தது.

''காதலி என்னடா, மனைவி என்னடா... கலைந்து போகும் மேகத்திலே'' என்று பாட்டை அவனுக்கு ஏற்றார் போல் தொடரவும்,

''உனக்குப் பிடிக்கலைன்னா நான் நிறுத்திட றேண்டா கவி'' முழு உறுதியோடு சொன்னான்.

''இங்க பாருடா அன்பு. ஒருக்கட்டத்துக்கு மேலே நம்ம கூட எந்த உறவுமே வராது. அது பொண் டாட்டியா இருந்தாலும்... சரி பிள்ளையா இருந்தாலும் சரி. அப்படி இருக்கும் போது எனக்காக நீ ஏண்டா பிரம்மச்சாரியா வாழணும்... இல்ல வெளியூருக்குப்

போகும் போது, அப்படி இப்படி நடந்துக்கறியா'' என்று மிரட்டவும்...

''அப்படியெல்லாம் செய்வேனடா'' இறங்கிப் போய்விட்டது அன்பின் குரல்.

''அப்போ கல்யாணத்தைப் பண்ணிக்க... எனக்கு தூக்கம் வருது. தூங்கப் போறேன். யாரும் என்னை எதுக்காகவும் எழுப்பக் கூடாது. நீயே ஆபீஸ் போ... நீயே எல்லாம் பண்ணு... குட் நைட்'' என்றவனை படுக்கையில் கொண்டு போய்விட்டான்.

அப்போதும் அரை தூக்கத்தோடு போராடியவ னுக்கு வலுக்கட்டாயமாக பாலை புகட்டி படுக்க வைத்தான் அன்பு.

தூக்க மாத்திரையை கலந்து கொடுத்தவன் விளை வாக நிம்மதியான உறக்கத்திற்குப் போனான் கவி.

அப்போதும் அரை தூக்கத்தில் இருக்க, ''இவ் வளவு கஷ்டப்பட்டு வேலை செய்யணும்னு என்னடா அவசியம்'' பலமுறை கேட்ட கேள்வி என்றாலும் சலிக்காமல் மீண்டும் கேட்டான்.

''நமக்கு எப்போர் யார் எதிரியா முளைப்பாங்கன்னு தெரியாது அன்பு. வாய்ப்புக் கிடைக்கும் போதே எல்லா வேலைகளையும் இழுத்துப்போட்டு செஞ் சுடணும். நமக்கு தெரியாமலேயே. நம்மை முந்திட்டுப் போக யாரும் தயாரா இருக்கலாம்'' என்று அவன் சொல்வது உண்மையே என்றாலும், அதை அன்பி னால் ஏற்கத்தான் முடியவில்லை.

கொஞ்சம் மாற்றி, 'ஏனிந்த போராட்டம். காதல் தோல்வியா' - அன்பு கேட்டுப் பார்த்து விட்டான்.

"இந்த கார்த்திக் மனசு வைச்சா, தோல்வியே எது லையும் கிடையாது. காதலுக்கு மட்டும் உண்டா" - கர்வமாய் பேசுபவனிடமிருந்து வேறு எப்படி உண் மையை வரவைக்கவென்று அவனுக்கு தெரியவில்லை.

ஒருவேளை அவன் சொல்வது தான் உண்மையோ என்று நம்பும் அளவிற்கு வந்து விட்டான் என்றும் சொல்லலாம். ஒரு தொழிலை செய்பவனுக்கு தெரிந்திருக்க வேண்டிய முக்கியமான விஷயம். நாம் சொல்வதை மற்றவர்கள் அப்படியே ஏற்றுக்கொள் வார்கள் என்று எதிர்பார்க்கக் கூடாது.

ஆனால் மற்றவர்களுடைய நினைப்பு படி தான் நாம் நடக்கிறோம் என்பது போன்ற மாய பிம்பத்தை உருவாக்க வேண்டியது மிக அவசியம்.

தன் தம்பியிடமே அப்படிப்பட்ட மாய பிம்பத்தை உருவாக்கிவிட்ட நிம்மதியில் தூங்கிப் போனான் கார்த்திக் கவிச்செல்வன்.

3

விண்வெளியில் மிதப்பது போன்ற உணர்வை நித்தமும் மணிமொழி அனுபவித்தாள்.

நிச்சயதார்த்தத்திற்கு இன்னும் சில நாட்களே இருக்க, அதற்கு வேண்டிய ஏற்பாடுகள் அன்பு வீட்டில் செய்வதற்காக சொல்லப்படும் ஒவ்வொன்றும் அங்கு இருப்பவர்கள் அத்தனை பேரையும் பிரமிக்க வைப்ப தாகத்தான் இருந்தது.

ராஜன் செல்வாக்கு மிகுந்தவர் தான். அவரை விட அன்பின் பெற்றோர்கள் செல்வாக்கு மிக்கவர்களாக இருந்தார்கள்.

அவர்களின் பேச்சில் செல்வ வளம் தெரிய வில்லை என்றாலும் நிச்சயதார்த்தத்திற்கு செய்யும் ஒவ்வொரு செயலிலும் செல்வவளம் தெரிந்தது.

'இவ்வளவு ஆடம்பரமா செய்யத்தான் வேண்டுமா' ராஜனே பொறுக்க முடியாமல் கேட்டுவிட்டார்.

''கார்த்திக் கறாரா இப்படித்தான் இருக்கணும்னு சொல்லிட்டான்'' மகனின் பேச்சை அச்சுப்பிசகாமல் சொல்லிவிட, தவிர்க்க முடியாமல் அவர்களும் எல்லா வேலைகளையுமே செய்தனர்.

தங்கையின் வாழ்வு எப்படி இருக்குமோ என்ற பயத்தில் மாதவ் தனியாக அன்பின் குடும்பத்தைப் பற்றி ஒன்றுக்கு இரண்டு டிடெக்டிவ் ஏஜென்சியில் விசாரித்து விட்டான்.

அவர்களின் பதிலில் நிம்மதியடைந்தாலும் உள் ளுக்குள் ஒரு குடைச்சல் இருந்துகொண்டே இருப் பதை எந்த விதத்திலும் தவிர்க்க முடியவில்லை.

எதுவோ நடக்கப் போகிறது என்று உள்ளுணர்வு எச்சரிக்க. திருமணப் பேச்சை நிறுத்திவிடலாம் என்று மாதவ் யோசிக்கவே செய்தான்.

அப்படி செய்யவே விடாமல் காலைப் பொழு திலிருந்து இரவு வரை போனில் கடலை வறுத்துக் கொண்டிருக்கும் தங்கையைக் கண்டு முடிவை மாற்றிக்கொள்ளத்தான் வேண்டியிருந்தது.

இந்த சிறுகால இடைவெளியில் மணிமொழியின் அறை வேறு இடத்திற்கு மாற்றப்பட்டிருந்தது.

அதையும் அன்பின் அம்மா ரேவதி வந்து நாசூக் காக சொல்லிவிட்டு சென்றார். அவர்கள் சொல்ல வில்லை என்றாலும் சத்யாவே செய்திருப்பார் தான்.

அப்படி இருக்கையில் தங்கள் வீட்டை ஒரு முறை கூட வந்து பார்த்திராதவர்கள் எந்த இடத்தில் எது இருந்தால் நன்றாக இருக்கும் என்று சொன்னதைத் தான் தாங்கிக் கொள்ள முடியவில்லை.

இதையெல்லாம் தேனும் கனியும் பார்த்துக் கொண்டு தான் இருந்தார்கள்.

‘‘தேனு... நாம யார்னு அவங்களுக்கு காட்டிட்டு வருவோமா... ரொம்பத்தான் ஆடறாங்க... இந்த மணியோட ரூமை மாத்தணும்னு சொன்னாங்க. சரி நம்ம ரெண்டு பேரையும் ஏன் பிரிக்கணும்னு வேற ரூமில தங்க வைக்க நினைக்கறாங்க...’’ கன்னத்தில் கைவைத்து கனி கேட்ட அதே கேள்வி தேனின் தலையையும் குடைந்து கொண்டிருந்தது.

"நீ கேட்ட ரெண்டாவது கேள்விக்கு என்கிட்ட பதில் இல்ல. ஆனால் முதல் கேள்விக்கு பதில் இருக்கு. அவங்க கம்பெனிக்கு பாம் வைச்சுட்டா என்ன."

"வைக்கலாம் தான். போலீஸ் நம்மளை பிடிச்சுட்டு போயிடுச்சுன்னா... நான் கூட அட்ஜெஸ்ட் பண்ணி ஜெயில்ல இருந்துக்குவேன். உனக்கு தான் அங்க இருக்கறது எதுவுமே ஒத்துக்காது" என்று இருவரும் சீரியசாக பேசிக் கொண்டு இருப்பதை பார்த்தால் யாரும் உண்மை என்று நம்பத்தான் செய்வார்கள்.

"அப்போ வேற என்ன பண்ணலாம்" நடந்து கொண்டே யோசித்த தேனு. "அவங்க யூனியன்ல பிரச்சனை பண்ணி, ஒரு ரெண்டு நாள்ல சரியாகற மாதிரி பண்ணுவோமா" என்று கேட்டுக் கொண் டிருக்கும் போதே, அங்கு வந்த சத்யா அவளது தலையில் தட்டினார்.

"நம்ம மணி வாழப் போற வீடு. எதுவும் திருட் டுத்தனம் பண்ணி வைச்சீங்க... அடுத்த கல்யாணம் உனக்கு தான்" தேனை மிரட்ட அவர் சொல்ல...

"கல்யாணத்துக்கு நான் ரெடி" எனவும்,

"நானும் ரெடி தான்" - கனிமொழியும் குரல் கொடுத்தாள்.

தலையில் அடித்துக் கொண்டவர், "முதல்ல உருப்படியா போய் வேலைய செய்ங்க... மாப்பிள்ளை வீட்டுல தான் எல்லா ஏற்பாடும் செய்யறாங்க.

நம்மளை ஒண்ணும் செய்ய விடலை. அட்லீஸ்ட் நம்ம பொண்ணுக்கு அலங்காரம் செய்யற வேலையை யாவது நாம பார்க்கணும். யார் வந்து மேக் அப் போட றேன்னு சொன்னாலும், அவங்களை அப்படியே பேக் அப் பண்ணி அனுப்ப வேண்டியது உங்க பொறுப்பு... புரியுதா.''

''மேக் அப். பேக் அப்... ஓகே... ஓகே'' சிரித்துக் கொண்ட சகோதரிகள் அதற்கான வேளைகளில் இறங்க வீடே அல்லோலப்பட்டது.

வீட்டிற்கு புதிதாய் வரும் யாரையும் அனுமதிக்க வில்லை. வாட்ச்மேனிடம் கறாராக யாரையும் உள்ளே விடக் கூடாதென்று தேனு உத்தரவிட்டதன் விளை வாக, அங்கு வந்த கார்த்திக்கையும் வாட்ச்மேன் உள்ளே விடவில்லை.

அவன் அவசரமாக தம்பிக்கு போன் செய்து, ''என்னை உள்ளே விட மாட்டேங்கறாங்கடா'' என்று வார்த்தைகளை கடித்து துப்பவும், பயந்து போனவன் அவசரமாக மாதவிற்கு போன் செய்து விவரத்தை சொல்ல, அவனே கார்த்திக்கிடம் மன்னிப்பு கேட்டு உள்ளே அழைத்து வந்தான்.

''பக்கிங்களா... இப்படி அடுத்தவன்கிட்ட மன் னிப்பு கேட்க வைச்சுட்டிங்களே' சகோதரிகளை திட்டிக் கொண்டிருந்தாலும், புன்சிரிப்புடன் கார்த் திக்கை வரவேற்றான்.

வீட்டில் உள்ள அனைவரும் வரவேற்க, ''உங்க எல்லோருக்கும் சேர்த்து நாங்க தான் ட்ரெஸ் எடுத்துக் கொடுக்கணும். இது எங்களோட சம்பிரதாயம். கல்யாணத்துக்கு நீங்களே எடுத்துக்கலாம்'' என்றவன் அவனது டிரைவரை அனுப்பி துணிகளை எடுத்து வர சொன்னான்.

அவர்களுக்கு பிடிக்குமா... பிடிக்காதா? கேள்விகள் அங்கு கேட்கப்படவில்லை.

எதையும் சொல்ல முடியாமல் அவனுக்கு டீ கொண்டு வர சத்யா உள்ளே செல்ல தங்களது அறைக்குள் நின்றிருந்த தேனும் கனியும் அவனை ஒரே சேர முறைத்துக் கொண்டிருந்தனர்.

காரணங்கள் வித்தியாசமானவை!!

தன்னருகில் யாரும் இல்லாததைக் கண்ட கார்த்திக். தன்னுடைய போனில் பாடல்களை ஒலிக்க விட்டான்.

ஆசை முகம் மறந்து போச்சே இதை
யாரிடம் சொல்வேன் அடி தோழி
நேசம் மறக்கவில்லை நெஞ்சம் எனில்
நினைவு முகம் மறக்கலாமோ

கண்ணில் தெரியுதொரு தோற்றம் அதில்
கண்ணன் அழகுமுழுதில்லை
நன்னு முகவடிவு காணில் அந்த
நல்லமலர் சிரிப்பைக் காணோம்

தேனை மறந்திருக்கும் வண்டும்

ஒளிச்சிறப்பை மறந்துவிட்ட பூவும்

வானை மறந்திருக்கும் பயிரும்

இந்த வையம் முழுதும் இல்லை தோழி

கண்ணன் முகம் மறந்து போனால்

இந்த கண்கள் இருந்தும் பயனுண்டோ

வண்ணபடமும் இல்லை கண்டால்

இனி வாழும் வழி என்னடி தோழி

பாடலை முழுதாய் அவன் ஒலிக்கவிட்டு அதில் லயித்திருக்க, மாதவின் கிச் கிச் அழைப்பில் தான் மீண்டான்.

தனியாய் அமர வைத்து விட்டுப் போன பாவத் திற்காக, ''சாரி கார்த்திக்...'' என்று மறுபடியும் மன்னிப்பு கேட்டான்.

''அதனால என்ன... இது நம்ம வீடு தானே'' புன்னகை மன்னனாக கேட்க, மாதவின் நெஞ்சுக்குள் ஓர் நிம்மதி.

சத்யாவும் டீ எடுத்துக் கொண்டு வர, அதை வாங்கிப் பருகியவன், ''நாளைக்கு காலைலேயே எல்லாரும் மண்டபத்துக்கு வந்திடுங்க. அங்க தங்க எல்லா வசதியும் இருக்கு. மேக் அப் விஷயம் எல்லாம் எங்களோட ஆளுங்க பார்த்துப்பாங்க. பூ மட்டும் நீங்க தான் கொடுக்கணும்னு அம்மா சொல்லிவிட்டாங்க. இன்னைக்கு சாயந்திரத்துக்குள்ள பூவைக் கட்டி சாமி

பாதத்தில வைச்சு கொடுத்து விட்டுடுங்க. எங்க வீட்டுலேயும் சில சம்பிரதாயம் செய்யணும்...'' என்றவன் கிளம்பும் எண்ணத்துடன் எழுந்து நிற்க, அவனை வழியனுப்பி வைத்தார் சத்யா.

உள்ளிருந்த வந்த தேன்மொழி, ''மேக்கப் வேலை நம் மளுதுன்னு தானேம்மா சொன்னீங்க... இப்போ அவன் சொல்றதுக்கு எல்லாம் தலையாட்டிட்டு நிற்கறீங்க.''

''அது என்னமோ தெரியல தேனு... அந்த பையன் பேசினா எதிர்த்துப் பேசணும்னே தோண மாட் டேங்குது. நான் என்ன பண்ணட்டும் தேனு.''

''நீ ஒண்ணுமே பண்ண வேண்டாம்மா.. போ.. போய் மாலை கொடுக்கறதுக்கு ஏற்பாடு பண்ணு'' என்று விரட்டவும். அவர் அதற்கான வேலையை செய்ய போய்விட்டார்.

கனிமொழி அவளது நகத்தைக் கடித்துக் கொண் டிருக்க. அவளது கையில் அடித்த தேனு, ''இன் னைக்கு நாமளும் அவன் வீட்டுக்குப் போய் அதிகாரம் பண்ணிட்டு வர்றோம்... ஏதாவது ஐடியா கொடு'' என்றாள்.

''எதுக்கு இவ்வளவு டென்ஷன். அவன் யாரோ... நாம யாரோ... எதுக்காக அவன் செய்தான்னு. நாமளும் அதை செய்யணும்... ப்ரீயா விடு தேனு... இந்த அலட்டலை எல்லாம் கண்டுக்காத...'' என்று தேன் மொழிக்கு சொன்னாளோ... இல்லை தனக்குத்தானே சொல்லிக்கொண்டாளோ...!!

"நீ சொல்றதும் சரிதான்" என்ற தேன்மொழி தங்களுடைய வேலைகளை கவனிக்க போய்விட்டாள்.

பூவைக் கொடுக்க இரு பெண்களையே சத்யா அனுப்பி வைக்க, வேறு வழியில்லாமல் இருவருமே கிளம்பி சென்றார்கள்.

நல்ல வேளை... அவர்கள் சென்ற போது ரேவதி மட்டுமே இருக்க. பூவை கொடுத்த உடன் வீட்டிற்கு வந்து விட்டார்கள்.

நிச்சயதார்த்த விழாவும் வந்துவிட, அப்சரஸ் போல மணியை அலங்கரித்திருந்தார்கள்.

அன்பு விட்ட ஜொள்ளில் கைப்பேசி சூடாகிப் போனது.

நிச்சயதார்த்தம் இனிதாக நிறைவுபெற. அனை வரும் கார்த்திக்கின் வீட்டில் அமர்ந்திருந்தார்கள்.

ரேவதி மற்ற இரு பெண்களையும் பார்த்து விட்டு, "இவங்களுக்கும் மாப்பிள்ளை பார்த்துட்டா ஒரே மேடையில் பண்ணிடலாமே" என்று ஆலோசனை வழங்க. அதை சத்யாவும் ஆமோதித்தார்.

"அப்படி நடந்தா நல்லா தான் இருக்கும் அண்ணி. நல்ல மாப்பிள்ளையா கிடைச்சா பண்ணிட வேண் டியது தான்."

"தரகர் கூட இங்க தானே இருக்கார். கேட்டுப் பார்ப்போமே" என்று சொல்லி, அங்கு நல்ல நாள்

குறித்துக்கொண்டிருந்த ஜோசியரிடம் கேட்க, அவரும் தங்களிடமிருந்த சில போட்டோக்களை கொடுத்தார்.

சத்யாவும் ராஜனும் ஆவலுடன் பார்க்க, ''இந்தப் பையன் கனிக்கு சரியா வருவான்'' என்று சொல்லி போட்டோக்களை பரிமாறிக்கொள்ள...

''எதுவானாலும் அப்புறம் பேசிக்கலாம்மா'' அமைதியான குரலில் கனி சொன்னாள்.

மகளின் பேச்சிற்கு மறுபேச்சு பேசாதவராய் ஆர்வத்தை அடக்கி, ''வீட்டுல போய் பேசி முடிவு சொல்றோம்'' என்றார் சத்யா.

அதுவரை அமைதியாய் அமர்ந்திருந்த கார்த்திக், ''உங்க பொண்ணு பிடிக்கலைன்னு சொல்றாளா'' ஒருமையில் விழிக்க, அவனது பெற்றவர்களும் ஆச்சர்யப்பட்டு தான் போனார்கள்.

''கார்த்திக்'' என்று ரேவதி அதட்ட, அதை பொருட் படுத்தாதவனாய்.

''சொல்லுங்க கனிமொழி... ஏன் இந்த பையனை பிடிக்கலையா... வேற போட்டோவை காட்ட சொல்லட்டுமா'' நக்கலாக கேட்டான்.

''எனக்கு கல்யாணம் பண்ணிக்கலாம்னு எண்ணம் வரும் போது, இந்த போட்டோவை பார்த்துக்கறேன்'' சிரித்த முகமாய் அவள் பதில் கொடுத்ததும் விடாக் கண்டனாய்.

"உங்க ஹஸ்பண்ட்கிட்ட இதுக்கு சம்மதம் வாங் கிட்டிங்களா கனிமொழி" என்று கேட்க. அவள் பற்களை கடித்தால் என்றால் ஒட்டு மொத்த குடும் பமும் அதிர்ந்து போனது.

"வாய்க்கு வந்ததை பேசாதீங்க கார்த்திக்" மாதவ் எழுந்து அதட்ட.

"உண்மையை தான் சொல்றேன் மாதவ். உங்க தங்கச்சிக்கு கல்யாணம் ஆகிடுச்சு..." என்றவன் கனியை பார்க்க... அவனை தீர்க்கமான பார்வையுடன் எதிர்கொண்டு, "நான் கிளம்பறேன்" என்றவள் வெளியே செல்லப் போக...

"எனக்கு ஒரு பதிலை சொல்லாமல் இங்க இருந்து நீ மட்டும் இல்ல... உன்னோட குடும்பமும் வெளியே போக முடியாது" அத்தனை பேரின் முன்னே மிரட்டல் விடுத்தான் கார்த்திக்.

"இப்போ என்ன செய்யணும்னு சொல்ற?"

"உனக்கும் எனக்கும் கல்யாணம் ஆகிடுச்சுன்னு ஒத்துக்க... அது போதும்" என்றதும் தேனு அதிர்ந்து போய் கனியை பார்த்தாள்.

"முடியாதுன்னு சொன்னா என்ன பண்ணுவ கார்த்திக்" எதையும் எதிர்கொள்வேன் என்று சொல் லாமல் சொல்ல...

"ரொம்ப சிம்பிள்... ஊரறிய நிச்சயதார்த்தம் இதோட முடிஞ்சுடுச்சுன்னு நினைச்சுக்க..." என்றவன் அன்பு செல்வனிடம்.

''நான் சொன்னா நீ மீற மாட்ட தானே'' எனவும்... அவனின் தலை தானாகவே ஆமாம் என்று ஆடியது.

''எனக்கு கொஞ்சம் வேலையிருக்கு... நீங்க பேச வேண்டியது எல்லாம் பேசிட்டு என்னைக் கூப் பிடுங்க'' என்றவன் தன்னுடைய அறைக்குள் போய் செய்ய வேண்டிய வேலைகளை செய்தான்.

அனைத்து ஏற்பாடுகளையும் கார்த்திக்கே முன் னின்று பிரம்மாண்டமாக செய்த போதே கொஞ்சம் சுதாரித்திருக்க வேண்டும் என்று அன்பு நினைத்துக் கொண்டான்.

மணிமொழியை பார்க்க, அவளோ அவன் பார் வையை தவிர்த்தாள்.

அனைவரின் பார்வையும் கனிமொழியிடம் இருக்க. என்ன பதில் சொல்வதென்று தெரியாமல் அவள் தவித்தாள்.

4

'இப்படி மாட்டிவிட்டுப் போயிட்டானே' யாரை யும் நிமிர்ந்து பார்க்க துணிவின்றி கனி கார்த்திக்கை திட்டிக் கொண்டிருக்க, அவளை பெற்றவர்களால் எதுவும் பேச முடியவில்லை.

எல்லாவற்றையும் எளிதாய் எடுத்துக் கொள்பவர் களால் மகளின் திருமணத்தை அப்படி எடுத்துக் கொள்ள முடியவில்லை.

அவசரப்பட்டு அவளை அடித்துவிடக் கூடிய நிலையில் யாருமில்லை. அதே போல் சம்மந்தி ஆகப் போகிறவர்கள் என்றாலும், அவர்களின் முன்னிலை யில் மகளை குற்றவாளியாக்கி அவளை விசாரிக்க பெற்றவர்கள் விரும்பவில்லை.

தேனிற்கு யாரை சமாதானம் செய்வது என்ற குழப்பத்தில் அவசரமாக மணியின் அருகில் போய் அமர்ந்து கொண்டாள்.

கைக்குட்டையில் கண்ணீரை துடைத்துக் கொண்டே இருந்தாள் மணி. அது வேறு நிற்க மாட்டேன் என்று அடம்பிடித்துக் கொண்டிருந்தது.

அன்பும் பார்வையாலேயே பேசலாம் என்று முயற்சி செய்தால், அருகில் இருக்கும் தேனின் தீப்பார்வை அதற்கு தடை போட்டது.

மணியின் அழுகையை கூட பார்த்து விடலாம்... இந்த தேனின் குற்றம் செலுத்தும் பார்வையை அவனால் தாங்கிக்கொள்ள முடியவில்லை.

அப்படியொரு சீற்றம். 'நீயெல்லாம் ஒரு ஆம் பிளையா' என்பது போன்ற கேள்வி அவளிடம் இருந்து எப்போது வேண்டுமானாலும் வரலாம் என்று பயந்து போயிருந்தான்.

இதற்கு காரணத்தை பெரிதாய் அலச வேண்டிய தில்லை. பொதுவாக மாப்பிள்ளை பையனுக்கு மனைவியாய் வரப் போகிறவளை விட, மச்சினிச்சி யுடன் கொஞ்சம் கெத்தாக நடந்து கொண்டு ஹீரோ இமேஜ் வைத்துக்கொள்ள வேண்டும் என்ற எண்ணம் இருக்குமில்லையா... அப்படி ஹீரோவாக இல்லை யென்றாலும், கார்த்திக்கைப் போல் வில்லனாக இல்லையென்றாலும்... ஜீரோவாக மாறிவிடக் கூடாதென்ற கவலையே அவனுக்கு பிரதானமாக தெரிந்தது.

ரேவதி மகனின் அறையையே பார்த்துக் கொண் டிருக்க, கைலாசம் ஒரு முடிவுடன் பேச நினைத்த வேளையில், மாதவ், ''கனி என் பக்கத்தில் வந்து உட்கார்'' என்று அழைத்து அவளை தன் தோளில் சாய்த்துக் கொண்டான்.

அவனுடைய செய்கையை அன்பு வித்தியாசமாக பார்க்க, ''உங்க அண்ணனை கூட்டிட்டு வர்றீங்களா மாப்பிள்ளை. அவர் தானே பிரச்னையை ஆரம்பிச்சு வைச்சார். அப்போ எதை விசாரிக்கும் போது அவர் கூட இருக்கணும் இல்லையா... என் தங்கச்சிய மட்டும், பெரிய தப்பு பண்ணினது போல விசாரிக்க நான் விரும்பல... நீங்க அவரையும் இங்க கூப் பிடுங்க'' என்று கொஞ்சம் மிரட்டல் தொனியி லேயே சொன்னான்.

அன்புக்கு பதில் பேச வழியில்லை என்பதால் கார்த்திக்கின் அறைக்கு சென்று அவனை அழைக்க,

அவனோ முக்கியமான பிசினெஸ் டீலிங்கிற்கான ஃபைல்களை ஆராய்ந்து கொண்டிருந்தான்.

‘கீழ எவ்வளவு பெரிய பிரச்னையை கிளப்பி விட்டுவிட்டு இவன் என்ன செய்துட்டு இருக்கான்’ பல்லைக் கடித்த அன்பு.

‘‘உன்னை கீழே கூப்பிடறாங்க’’ எனவும் தான் தம்பியை பார்த்தான்.

‘‘ஏண்டா அழுது வடிஞ்சுட்டு இருக்க. பார்க்க சகிக்கல.’’

‘‘நீ இதுவும் பேசுவ... இன்னும் பேசுவ... உன்னால இப்போ மணி முகத்தில எப்படி முழிக்கிறதுன்னு எனக்கு தெரியல...’’ என்று அழுவது போலவே சொல்லவும்.

‘‘இதைக் கூட செய்ய தெரியாம நீயெல்லாம் எதுக் குடா கல்யாணம் பண்ணிக்கற...’’ எனவும் அன்பு நேரடியாகவே அண்ணனை முறைத்தான்.

‘‘எதுக்கு இப்படி முறைக்கிற... என்னை முறைக் கிற நேரத்தில அந்த பொண்ணுக்கு மெசேஜ் பண்ணு... யார் எதிர்த்தாலும் நாம ஓடிப் போய் கல்யாணம் பண்ணிக்கலாம்னு சொல்லு... உன் கூட வரலைன் னாலும். கொஞ்சம் நம்பிக்கை வரும்.’’

‘‘நீ தானே கல்யாணத்தை நிறுத்தப் போற மாதிரி பேசிட்டு வந்த.’’

‘‘ஹே... உனக்கு விளக்கம் சொல்லிட்டே இருந்தா. நான் எப்போ கீழ போறது... நான் கனியை

மிரட்டறதுக்கு தான் அப்படி சொன்னேன்... உன்
னோட கல்யாணம் இப்போ இல்லைன்னாலும்
சீக்கிரமா நடக்கும்... முதல்ல மெசேஜ் பண்ணு"
எனவும் அவசரமாக மணிக்கு மெசேஜை தட்டி
விடவும், கார்த்திக் சொன்னது போலவே அவளது
அழுகையும் கொஞ்சம் மட்டுப்பட்டிருந்தது.

கனி அண்ணனின் கையை பிடித்துக் கொண்டு
அவனின் தோளில் சாய்ந்திருக்க. அவளின் தலையை
மாதவ் வருடிக்கொண்டிருக்கும் காட்சி கார்த்திக்கின்
பார்வையில்பட, காசு கொடுக்காமலேயே அவன்
முகத்தில் புன்னகை ஒட்டிக் கொண்டது.

அம்மாவின் அருகில் அமர்ந்தவன், "சொல்லுங்க
மாதவ். எங்க மேரேஜ் நடந்ததுக்கான ப்ரூப் வேணுமா"
என்று கேட்டான்.

"அது தேவையில்ல. உங்களுக்கும் கனிக்கும்
எப்போ கல்யாணம் ஆச்சு?"

"2 வருசத்துக்கு முன்னாடியே நடந்துடுச்சு."

"ஓ... அப்போ நீங்க ஏன் முன்னாடியே எங்ககிட்ட
சொல்லலை."

"அதுக்குள்ள தான் உங்க தங்கச்சி விட்டுட்டுப்
போயிட்டாளே" எனவும் அதுவரை அமைதியாக
இருந்த கனி காளி அவதாரம் எடுத்தாள்.

"இதுக்கும் மேல உனக்கும் எனக்கும் கல்யாணம்
ஆகிடுச்சுன்னு பொய் சொல்லிட்டு இருந்த. என்ன

பண்ணுவேன்னு எனக்கு தெரியாது'' கோபமாக பேசும் போது கூட அவன் முகத்தில் சிரிப்பு மாற வில்லை.

''நான் உண்மையை தானே சொல்றேன்.''

''என்ன உண்மை... இல்ல என்ன உண்மைன்னு கேட்கறேன்... நீ என் கழுத்தில தாலி கட்டுனியா... இல்ல மோதிரம் போட்டியா... அதுவும் இல்லை மாலையாவது போட்டியா... இல்ல சட்டப்படி நான் உன்னை ரெஜிஸ்டர் மேரேஜ் பண்ணிட்டனா... இதையெல்லாம் விடு... முதல்ல நான் உன்னை லவ் பண்ணனே'' என்று அடுக்கடுக்காக கேள்வி கேட்க... மாதவ் அவளை வலுக்கட்டயாமாக பிடித்து தன் பக்கமாக அமர வைத்தான்.

''பொறுமையா இரு கனி'' என்று சொல்லவும் மீண்டும் அனைத்தையும் மறந்தவள் போல் அண் ணனின் தோளில் சாய்ந்து கொண்டாள்.

அவள் எப்படி எழுந்து கத்தவும் தான் அவளை பெற்றவர்களால் தலை நிமிர்ந்து அமரவே முடிந்தது.

''இப்போ என்ன சொல்றீங்க கார்த்திக்.''

''எனக்கும் அவளுக்கும் கல்யாணம் ஆகிடுச்சு. அது எப்படின்னு அவளே சொல்லணும்னு தான் எனக்கு ஆசை. அப்படி சொல்லலைன்னாலும் பரவ வில்லை. என்னோட தம்பி கல்யாணத்துக்கு அன் னைக்கு அவனோட அண்ணியா அவ நிற்கணும்...

அவனுக்கு குறிச்ச முகூர்த்தத்துக்கு ரெண்டு நாளைக்கு முன்னாடி வேற முகூர்த்தம் இருக்கு. அப்போ எங்க கல்யாணம் நடக்கணும்'' என்று அழுத்தமாக சொன் னவன் மேற்கொண்டு எது கேட்டாலும் கேட்டுக் கொள்... பதில் பேசமாட்டேன் என்பது போல அமர்ந் திருக்க... சட்டென்று எழுந்த கனி, ரேவதி மற்றும் கைலாசத்தின் காலில் விழுந்து...

''எனக்கு உங்க பையனை கல்யாணம் பண்ணிக்க சம்மதம்... ஆசீர்வாதம் பண்ணுங்க'' என்று காலில் விழுந்தாள்.

அத்தனை பேரும் அதிர்ந்து தான் போனார்கள். அதில் கார்த்திக்கும் அடக்கம்.

''நல்லா இரும்மா'' என்று ரேவதி ஆசிர்வதித்தார்.

மகனுக்கு நல்லபடியாக கல்யாணம் நடந்தால் சரி என்பது போன்ற எண்ணம் மட்டும் அவரிடம் இருந்தது.

''பட் ஒன் கண்டிஷன். உங்க ரெண்டாவது பைய னுக்கு வேற எங்கேயாவது பொண்ணு பார்த்து, சீக் கிரமா கல்யாணம் பண்ணி வையுங்க. நான் அண் ணியா, முன்னாடி நின்னு நடத்தி வைக்கிறேன். யோசிச்சு சொல்லுங்க'' என்றவள் அண்ணனின் கையிலிருந்து கார் கீயை எடுத்துக்கொண்டு நகர்ந் தாள்.

அவள் பின்னாலேயே போன மணி... ''உன்னோட கல்யாணத்துக்காக எங்க கல்யாணம் ஏன் நிற்கணும்...

அதெல்லாம் முடியாது. நான் அவரை தான் கல் யாணம் பண்ணிக்குவேன்'' என்று உறுதியாய் சொல்ல...

''இதுதாண்டி செல்லம் எனக்கும் வேணும். இதே உறுதியோட எப்பவும் இரு'' என்று அவள் கன் னத்தைக் கிள்ளி, முத்தம் வேறு வைத்து விட்டு வெளியே நகர்ந்தாள்.

அவள் சொன்னது அத்தனை பேரின் காதிலும் விழத்தான் செய்தது.

இதைக்கேட்ட பின்னரும் நகராமல் அப்படியே கார்த்திக் அமர்ந்திருப்பானா என்ன...!!

பின்னாடியே போனான்!!

அவள் காருக்குள் அமரும் போது அவனும் அவசர மாக ஏறிக்கொண்டான்.

''எங்க போகணும்'' கேட்டது கார்த்திக் இல்லை. கனிமொழி தான்.

அவளிடம் அவனுக்கு பிடித்தது இது தான். எவ்வளவு தான் மனம் நோகும்படி நடந்து கொண் டாலும் கார்த்திக்கை ஒரு போதும் அவள் விலக்கி நிறுத்தியது கிடையாது.

''பப்க்கு போகலாமா.''

''அங்க போறதுக்கு பதிலா. நாம ஏன் பரலோகம் போகக் கூடாது'' என்று எதுவோ பக்கத்திலிருக்கும் பீச்க்கு போகலாமா என்பது போல கேட்க...

'அதிகமா பேசினா... கொன்னுடுவா கார்த்திக்... அமைதியா வா' என்று எச்சரித்துக்கொண்டவன் காரை விட்டு இறங்கி, டிரைவர் சீட் பக்கம் வர, கனியும் நகர்ந்து இடம் கொடுத்தாள்.

இதையெல்லாம் வெளியே நின்று பார்த்துக் கொண்டிருந்த இரு வீட்டினருக்கும் என்னவென்று தோன்றியிருக்கும்!!!

கார் வேகம் எடுக்க, அவர்களுக்கு சொந்தமான ரோஜா தோட்டத்தில் தான் நிறுத்தினான்.

"இங்க எதுக்கு கூட்டிட்டு வந்த" எரிச்சலாய் ஏன் கேட்கிறாள் என்று புரியாமல் முழித்தான்.

"உன்னை நம்பி வந்த என்னை ஏமாத்தினதுக்கான அடையாளத்தை எல்லாம் எனக்கு ஞாபகப்படுத் தாதே" எனவும் தான் அவனுக்கு விஷயமே புரிய ஆரம்பித்தது.

"அப்போ நமக்கு கல்யாணம் நடந்ததை நீ மறக்கலை... அப்படித்தானே... அப்புறம் ஏன் அங்க இருக்கவங்ககிட்ட பொய் சொல்லிட்டு வந்த."

"கார்த்திக், நான் தெளிவா ஒரு விஷயத்தை சொல்லிடறேன். நீ இவ்வளவு ஆர்ப்பாட்டம் செய்து என்னைக் கார்னர் பண்ணாம. நீ நேரடியாகவே என்கிட்ட கேட்டிருந்தா நான் சம்மதம் சொல்லியிருப் பேன்" என்றதும் அதிர்ந்து தான் போனான்.

"நான் தான் உன்னைப் பத்தி கொஞ்சம் ஓவரா நினைச்சுக் கவலைப்பட்டுட்டனோ."

‘‘அது உன்னோட தப்பு. நீ என்கிட்ட இல்லைன் னாலும், மரியாதையா எங்க வீட்டுல பேசியிருக் கலாம். அதை விட்டுட்டு இப்படி எல்லார் முன்னாடி யும் என்னை தப்பு பண்ணவ போல பீல் பண்ண வைச்சுட்ட. அதனால உன்னை நான் கல்யாணம் பண்ணிக்கவே மாட்டேன். நமக்கு கல்யாணம் ஆகிடுச்சுன்னு நீ எந்த கோர்ட்ல வேணாலும் கேஸ் போட்டுக்க... நெவர் கேர் அபௌட் தட்...’’

‘‘நான் எதுக்கு கோர்ட்டுக்கு போகணும்... நீ ஆசைப் பட்ட மாதிரியே கல்யாண வீடியோவை உன்னோட சேனல்லையே ப்ளே பண்ணிட்டுப் போறேன்... ரொம்ப சிம்பிள்.’’

‘‘ஹோ... அந்த வீடியோ உன்கிட்ட தான் இருக்கா... நான் ரொம்ப நாளா தேடிட்டு இருந்தேன்ப்பா... வித்தியாசமான கல்யாணத்தை டிவில போட்டா டிஆர்பி எகிறும் தெரியுமா... இப்போ கொடுக்கறியா கார்த்திக்’’ என்று உற்சாகத்துடன் கேட்க, சத்தியமாய் அவனுக்கு எங்கு போய் முட்டிக்கொள்ளலாம் என்று தெரியவில்லை.

‘நீ லூசா... லூசு மாதிரி நடிக்கிறியா’ என்பது போன்ற பாவனையை தேக்கி அவளை பார்க்க... ‘‘கொடுக்கறியா கார்த்திக்’’ என்று மீண்டும் கேட்டாள்.

‘‘நீ அதை டெஸ்ட்ராய் பண்ணிட்டின்னா.’’

‘‘அப்படியும் பண்ணலாம் தானே... இதை நான் யோசிக்கவே இல்லை... அப்போ நீ கொடுக்க மாட்ட

தானே... சரி விடு... உன்னோட கம்பெனிஸ் டைடல்ஸ் கலெக்ட் பண்ணி... என்ன என்ன தில்லுமுல்லு பண்ணறேன்னு ஒரு மினி மூவி எடுத்து நான் போட்டுக்கறேன்... இளம் தொழிலதிபர் செய்த அட்டூழியங்கள்... தலைப்பு எப்படி இருக்கு'' பேசிக்கொண்டே போனவளின் எண்ணம் புரிந்த வனாய் மீண்டும் காருக்குள் போய் அமர்ந்துகொண் டான்.

நம் இருவருக்கும் திருமணப் பேச்சை ஆரம்பித் தால், உன்னை அடியோட வீழ்த்திவிடுவேன் என்ற மறைமுக அர்த்தம் தொக்கி நிற்க, அவளை அடி யோட வீழ்த்தும் எண்ணத்தை உடனே செயல்படுத்த நினைத்தான். அதை செய்யவிடாமல் காதல் தடுத்தது.

5

தங்கள் வீட்டிற்கு வந்த ராஜன் குடும்பம் ஹாலில்... ''அப்படி அடிக்காதே... இப்படி அடி... இப் படித்தான்'' என்று ரன்னிங் கமெண்ட்ரி கொடுத்துக் கொண்டு பாப்கார்ன் தின்று கொண்டிருந்த கனியை தான் பார்த்தார்கள்...

மணிக்கு தான் அதிக கடுப்பு... எதுவும் பேசாமல் அறைக்குள் போய் பட்டென்று கதவை சாத்திக் கொண்டாள்.

சத்யா டிவியை அமர்த்தவும், ''போட்டு விடுங் கம்மா'' என்று அடம் பிடித்தாள்.

''இன்னும் சின்ன பிள்ளை மாதிரியே நடந்துக்காதே கனி. நாங்க நொந்து போய் இருக்கோம். என்ன நடந்திருந்தாலும் எங்ககிட்ட சொல்லியிருக்கலாம் இல்லையா. உன்னோட விருப்பத்துக்கு எதிரா நாங்க எப்போவாவது நடந்திருக்கோமா...'' வருத்தமாக கேட்டார்.

''இப்போ ஏன்மா அழுகாச்சி நாடகம் நடத்துறீங்க'' என்றதும் முதுகில் ரெண்டு போடு போட்டார்.

வழக்கம் போல் இல்லாமல் அடி கொஞ்சம் பலமாய் விழுந்து விட்டது தான். அதில் அவள் கண்களும் சிவந்து விட்டது தான். கண்ணீர் மட்டும் வரவில்லை.

அவளுக்கு தெரியாமல் நடந்த சடங்கு என்றாலும், அப்படி நடக்க விட்டது அவள் பொறுப்பு தானே... அதனால் அழுகை வரவில்லை.

அடித்த கை எரியவும், ''சாரி கனி'' என்று மன் னிப்பு கேட்டார்.

ராஜனும் தன் பங்கிற்கு, ''உன்னோட முடிவு என்ன கனி. உனக்கு வேற இடத்தில பார்க்கலாமா...

அந்த தம்பி கல்யாணம் ஆகிடுச்சுன்னு சொல்றாப் புல... உனக்கு பிடிக்கலைங்கும் போது விவாகரத்து வாங்கிக்கலாம். உங்க ரெண்டு போரோட பிரச்சனை யில மணியோட வாழ்க்கையில விளையாடாதீங்க...'' அதட்டல் இல்லாமல் பொறுமையாக எடுத்து சொல்ல...

''யோசித்து சொல்றேன்ப்பா. எனக்கு அந்த கார்த் திக்கை பிடிக்குமா... பிடிக்காதா இப்படி யோசிக்கிற நிலைமை கூட எனக்கு வந்ததில்ல... அவனை கல்யாணம் பண்ணாலும் எனக்கு சந்தோஷம் தான். வேற யாரையாவது கல்யாணம் பண்ணாலும் எனக்கு சந்தோஷம் தான்...'' எனவும் மகளின் பேச்சை எண்ணிக் குழம்பிக்கொண்டு அறைக்குள் போய்விட் டார்.

இன்னும் குழந்தையாகவே இருக்கிறாளே என்று சத்யா கவலைக்கொண்டு, மகளை அடித்து விட் டோமே என்று வேதனைப்பட்டு அவரும் கணவரின் பின்னே சென்று விட்டார்.

தேனிற்கு நிறைய விளக்கங்கள் தேவைப்பட்டது. நடந்தது சரியோ தவறோ அதில் அவளது இரு சகோ தரிகளின் வாழ்க்கை அடங்கியிருந்தது.

இந்த கார்த்திக்காவது இரு திருமணங்களும் நடக்க வேண்டும் என்கின்ற ரீதியில் பேசினான். அதில் கூட ஏதோ நியாயம் இருப்பது போல தேனிற்கு தோன் றியது.

ஆனால் கனி... இரண்டில் ஒன்று என்ற ரீதியில் பேசியதை அவளால் அவ்வளவு எளிதாக எடுத்துக் கொள்ள முடியவில்லை.

பிடிக்கவில்லை என்றால் உறுதியாய் அதே நிலைப்பாட்டில் நிற்க வேண்டும்... அதை விட்டு விட்டு மணியின் வாழ்க்கையில் விளையாடுவதை அவளால் பொறுத்துக்கொள்ள முடியவில்லை.

''ஏன் கூட வா கனி'' எனவும் தேனின் பேச்சை மறுக்காமல் அவளுடன் தங்களது அறைக்கு சென் றாள்.

''நீ அந்த கார்த்திக்கை லவ் பண்றியா... உன்னை நீயே ஏமாத்திக்காம உண்மையை சொல்லு.''

''நிஜமாவே சொல்றேன் தேனு. எனக்கு அப்படி லவ் பண்ற வாய்ப்பே அமையலை. இது என்ன காய்கறி வியாபாரமா... சந்தைக்குப் போனதுக்காக எதையோ ஒண்ணை வாங்கிட்டு வர்றதுக்கு. இது என்னோட வாழ்க்கை தேனு. அவன் ஒரு சடங்கை அடிப்படையா வைச்சு என்னை அவனுக்கு சொந்த மாக்கிக்கணும்னு நினைக்கறான்... இதை எப்படி என்னால அக்செப்ட் பண்ணிக்க முடியும்.''

''அப்படி என்ன தான் நடந்தது... முழுசா சொல்ல வாவது செய்.''

''சொல்ற அளவுக்கு பெருசா ஒண்ணுமில்ல... அப்படி இருந்தாலும் சொல்லவும் மாட்டேன். அவன் எவ்வளவு தூரம் போனாலும் போகட்டும். எனக்கு

கவலையேயில்ல... என்னை போர்ஸ் பண்ணி கடத்திட்டுப் போய் என்னோட வாழணும்னு நினைச் சாலும் சந்தோஷமா அதை ஏத்துக்குவேன். அப்படி இல்லாம அவன் விலகி நின்னாலும் அவன் இருக்க பாதைக்கு கோடிக்கும்பிடு போட்டுட்டு வேற எவ னாவது சிக்கினாலும் கல்யாணம் பண்ணிக்குவேன்'' என்றவளை அடிக்க எழுந்த கையை அடக்கினாள்.

''நீ அவனோட உணர்ச்சிகளோட விளையாடப் பார்க்கற கனி... அவனை எல்லாம் பண்ணவிட்டு வேடிக்கை பார்க்கணும்னு நினைக்கிற. இது ரொம்ப தப்பு.''

''ஹே... நீ ஏன் அதை அப்படி யோசிக்கிற... என் னோட உணர்வுகளோட விளையாடிப் பார்க்க. நான் அவனுக்கு பெர்மிஷன் கொடுக்கறேன்...'' என்றதும் புரிந்து தான் பேசுகிறாளா என்று தேனு கவலை கொண்டாள்.

எந்தப் பொண்ணும் தன் உணர்வுகளுடன் யாரை யும் விளையாட இடம் கொடுக்க மாட்டாள். அப்படி இருக்கும் போது... மேலே நினைக்கவே முடிய வில்லை. கனியே தொடர்ந்தாள்.

''அவன் கையில பந்து மாதிரி இருந்து தான் பார்க் கறேனே... அவன் வீசுற பக்கம் போய் பார்க்கறேன்... வலியோ சந்தோஷமோ... எனக்கு தெளிவான ஒரு முடிவு கிடைக்குமில்ல'' என்றவளின் இதற்கு மேல் என்ன பேசுவதென்று அவளுக்கு தெரியவில்லை.

தலையில் கை வைத்து சோர்ந்து போய் அமர்ந்த வளிடம், ''கவலைப்படாத தேனு... நான் செய்யறது சரியோ தப்போ... என்னால யாருக்கும் பாதிப்பு வராது. இதில கார்த்திக் கூட அடக்கம்...'' என்றவள் அன்றைய நாளின் அசதி காரணமாக படுத்து உறங்கி விட்டாள்.

மற்ற அனைவருக்குமே தூக்கம் போய்விட்டது.

கனி தெளிவானவள் தான். இப்போது தனக்கு என்ன வேண்டுமென்று தெரியாமலேயே... இப்படி செய்துகொண்டிருக்கிறாள்... கொஞ்சம் விளையாட்டு குணம் கொண்டவள்.

அவள் செய்யும் பல செயல்கள் சிறுபிள்ளைத் தனமானதாக இருக்கும் என்பது அனைவருக்குமே தெரியும். வாழ்க்கையின் முக்கியமான கட்டத்தில் கூட இப்படி செய்கிறாளே...!!

தேனு கனியிடம் பேசுவதை விட, கார்த்திக்கிடம் பேச முடிவெடுத்தாள்.

தனியாக எங்கும் பேச வாய்ப்புக் கிடைக்காததால் அவனிடம் அப்பாய்ன்மென்ட் வாங்கிக்கொண்டு நேரடியாக அலுவலகத்திற்கே சென்றாள்.

கதவை தட்டியதும், ''வாங்க தேன்மொழி'' என்று இன்முகமாகவே வரவேற்றான்.

இவனா அன்று அப்படி மிரட்டியது என்று தேனுக்கே குழப்பம் ஏற்பட்டது.

''உட்காருங்க... என்ன சாப்பிடறீங்க?''

''எதுவும் வேண்டாம். நான் உங்க கூட பேச ணுமே... ப்ரீயா இருக்கீங்களா?''

''எப்படியும் கனியை பத்தி பேசத்தான் வந்திருப் பீங்க... நேரத்தை ஒதுக்காம இருக்க முடியுமா...'' என்றான்.

''தெளிவா தான் இருக்கீங்க கார்த்திக்... ஆனால் என்னோட சிஸ்டர் தெளிவா இல்ல. இதுக்கு ஒரு முடிவை நீங்க தான் சொல்லணும்.''

''நான் உங்களுக்கும் உங்க அண்ணனுக்கும் ஒரு அட்வைஸ் பண்றேன். தப்பா எடுத்துக்காதீங்க'' என்று இழுத்தவன்.

''எப்பவும் கனி செய்ற செயல் தப்பானதோ சரியோ அதை திருத்தறேன்னு சொல்லி நீங்க ரெண்டு பேரும் ஏன் முன்ன வந்து நிற்கறீங்க?'' என்றதும் கோபப்பட்டாள்.

''நாங்க நிற்காம வேற யார் நிற்பாங்க.''

''நீங்க நிற்கலாம் தான். எவ்வளவு காலம் வரைக்கும் அவ கூடவே வருவீங்க. அவளை தனியா ஒரு முடிவு எடுக்க விடுங்க. எப்பவும் நாம பண்ற காரியத்துக்கு சப்போர்ட்டா இவங்க வருவாங்கன்ற நினைப்புனால தான். கனிக்கு தான் என்ன செய்ய றோம்ங்கறதே புரிய மாட்டேங்குது'' எனவும் தேனு வும் இவர் சொல்றதும் சரி தானே என்று நினைத்தாள்.

அப்படி அவன் நினைக்க வைத்தான். அவன் சொன்ன விதம் தேனை அப்படியும் இருக்குமோ என்பதை விட, அப்படித்தான் இருக்கும் என்று அழுத்தமாய் நம்ப வைத்தது.

அவள் மௌனமாக இருக்கவும், ''கொஞ்ச நாளைக்கு கனி அவளோட விஷயங்களை உங்க உதவியில்லாமலே பண்ணட்டும். அப்போ தான் அவளுக்கே முதல்ல என்ன வேணும்னு தெரியும்'' என்று சொல்லவும்.

''சரி'' என்றவள் அதற்கு மேல் பேச முடியாமல் கிளம்பிவிட்டாள்.

அன்று எதற்கு அவன் சொல்றதுக்கெல்லாம் தலையாட்டறீங்க என்று அம்மாவை கேட்டவள் இன்று தானும் தலையை ஆட்டிவிட்டு தான் வந்திருக்கிறோம் என்பதை மறந்து போனாள்.

மொத்தத்தில் அவளை பேசி குழப்பி... கனியிடமிருந்து தள்ளியே இருக்கும்படி செய்துவிட்டான்.

'இதுக்கு முன்னால கனிக்கு பிரச்சனை வராம பார்த்துக்கிட்டாங்க. இனி பிரச்சனை வந்த பின்னாடி தான் பார்த்துக்கவே போறாங்க' என்றெண்ணியவன் உற்சாகமாக அலுவலக வேலையில் ஈடுபட்டான்.

மாலை வீடு திரும்பியவனுக்கு வரவேற்பாக கிடைத்ததோ அன்பின் கோபப் பார்வை தான்.

'இவன் வேற அடிக்கடி முறைச்சுக்கிட்டு இருக்கான்' கிண்டலாக நினைத்தவன் தன்னுடைய

அறைக்கு செல்லப் போக, அவனை அழைத்த ரேவதி... ''கல்யாணத்துக்கு பத்திரிகை அடிக்கணும் கார்த்திக். எல்லாரோட பேரையும் எழுதிட்டோம். பொண்ணு மாப்பிள்ளை போடற இடத்தில தான் யாரைப் போடறதுன்னு தெரியல'' என்றார்.

''எதுக்கு இவ்வளவு குழப்பம். உங்க பேரையும், அப்பா பேரையும் போட்டுக்கங்க மாம்'' கூலாக சொன்னான்.

''விளையாட்டு எல்லாம் வேண்டாம் கார்த்திக். ஒரு முடிவுக்கு வா.''

''அப்படியா... அப்போ அன்பு பேரையே போட்டுக் கங்க மாம். எங்க பிரச்சனையை முடிக்க நேரம் நிறைய இருக்கு. அன்புக்கு தான் ரொம்ப அவசரம்'' என்றதும் அன்பு முறைத்தான்.

''அவன் அவசரப்படறதில் தப்பு இல்ல. நீ நிதானமா இருக்கதில தான் தப்ப'' என்றார் சத்யா.

''மாம்... இவங்க கல்யாணத்துக்கு இன்னும் ரெண்டு மாசம் இருக்கு. அதுக்கு முன்னாடியே கனி இங்க வந்துடுவா... சின்னதா ஒரு ரிசப்ஷன் மாதிரி பண்ணிக்கலாம்... அதனால நிம்மதியா அன்பு கல்யாணத்துக்கான வேலையை பாருங்க...''

''பொண்ணு வீட்டுல இதுக்கு சம்மதிப்பாங்களா?''

''நீங்க நிறைய கேள்வி கேட்கறீங்க மாம். நாளைக்கே நான் கனியை இங்க கூட்டிட்டு வந்

துடறேன்.... இப்போ முக்கியமான வேலை இருக்கு'' என்று அவசரமாக அவன் ஓடவும், அவனை புரிந்து கொள்ள முடியாமல் பெற்றவரே சுவற்றை தேடினார்... முட்டிக்கொள்வதற்கு தான்!!

''அவன் சொல்றதை அமைதியா கேட்டுக்கிட்டே இருக்கறதினால தான். இப்படியெல்லாம் செய்ய றான்ம்மா... இனியாவது நீங்க சொல்றபடி அவனை நடக்க வைங்க.''

''கார்த்திக் பொண்டாட்டி சொல்பேச்சு கேட்க ஆவலா இருக்கான். அவன்கிட்டப் போய் அம்மா பேச்சைக் கேளுன்னு சொன்னா... காமெடியா இருக்கும். அவன் என்ன தப்பா செய்யறான்'' மக னுக்கு சப்போர்ட் செய்து பேசினார்.

''தப்பு தான் பண்ணிட்டு இருக்கான். பிடிக் கலைன்னு சொல்ற பொண்ணு பின்னாடி சுத்தறது ரொம்ப தப்பு'' என்று பேசிக் கொண்டிருக்கும் போதே.

''என்னையும்... உன் அண்ணியையும் பத்தி நீ பேசறதே முதல்ல தப்பு'' என்று அறையிலிருந்து கார்த்திக் குரல் கொடுத்தான்.

''நாம பேசறதை கேட்கணும்னா இங்கேயே உட்கார்ந்திருக்க வேண்டியது தானே... பெரிய வேலை இருக்க மாதிரி ரூம்க்குள்ள இருந்துட்டு, இங்க பேசறதை ஒட்டுக்கேட்டுட்டு இருக்கான்.

சரியான கிரிமினல்'' சத்தத்தை குறைத்து அம்மா விடம் முறையிட்டான்.

''நீ பேசறது அவனுக்கு தெரியக் கூடாதுன்னு சத்தத்தைக் குறைச்சுப் பேசறியே... அப்போ நீயும் கிரிமினல் தான்'' என்று அவனை வாரிவிட்டு சென்றார்.

கார்த்திக் தன் அறையில் கனி புதிதாக ஆரம்பித் திருக்கும் நியூஸ் சேனலை பற்றி தகவல் சேகரித்துக் கொண்டிருந்தான்.

அவர்கள் குடும்பத்து அங்கத்தினர்கள் மட்டுமே ஷேர்ஹோல்டராக இருந்தார்கள். முப்பது சதவீத ஷேர் மட்டுமே கனியின் பேரில் இருந்தது.

தேவையில்லாமல் அவசரப்பட்டு எதுவும் செய்து அவளைக் காயப்படுத்திவிட வேண்டாம் என்று முடிவு செய்தான்.

தன்னுடைய லேப்டாப்பை எடுத்து அவர்களது திரு மண புகைப்படத்தை ரசித்துப் பார்த்துக் கொண்டிருந் தான்.

நீரில் அவனும் கனியும் நின்று சூரியனை வணங்க, சுற்றி இருந்தவர்கள் மல்லிகைப் பூக்களை அவர்கள் மேல் தூவியபடி இருந்த காட்சி... நினைக் கும் போதே கார்த்திக்கின் மனதிற்குள் மல்லிகை மனம் வீசியது.

அவனது கையை விலக்காமல் ஒட்டி நின்று கொண்டிருந்த கனியை காணும்போது, அக்கணமே

அவளை கையணைப்பில் கொண்டு வரும் ஆவல் அவனுக்குள் பிறந்தது.

6

ஓடாத சினிமா ஒன்றிற்கு வர கனியை கார்த்திக் கட்டாயப்படுத்திக் கொண்டிருந்தான்.

திரும்ப திரும்ப அவன் அனுபிய குறுந்தகவலை படித்தே சலித்துப் போனாள். போனை அணைத்து வைத்தாலும் வீட்டில் இருப்பவர்களின் போனிற்கு அழைத்து தொந்தரவு கொடுத்து வருகிறான்.

இதில் என்ன கொடுமை என்றால் வீட்டில் உள்ள அத்தனை பேரின் ஆதரவும் ஒரே நாளில் அவனுக்கு சென்றிருந்தது. என்ன மாதிரியான வசனங்களை கற்பனைகளை அள்ளிவிட்டான் என்று தெரிய வில்லை.

இதற்கு மேல் முடியாது என்ற நிலையில் அவனை அழைத்து வருகிறேன் என்று சொல்லிவிட்டதால், அவனே வந்து அழைத்துப் போனான்.

காரினுள் அமர்ந்தவள் எதையும் பேசாமல் அமைதி யாக வர, தியேட்டருக்கு செல்லாமல், அவனது இன்னொரு வீட்டிற்கு அழைத்து சென்றான்.

தோட்டத்தின் முன்னாடியே அமர்வதற்கு வசதியாக இருக்க அங்கேயே அவளை அமர வைத்து விட்டு, வேலையாட்களை அனுப்பி டீ கொண்டு வர சொல்லி விட்டு நிதானமாக அவளை ஆராய ஆரம்பித்தான்.

அவளோ அவன் பக்கம் பார்வையை செலுத்த வில்லை. தீவிரமாக போனை நோண்டிக் கொண் டிருக்க, ''ரொம்ப அழகா இருக்கு'' என்றதும்...

''வாட்'' என்று அவள் கத்த...

''போனை தான் சொன்னேன். என்ன மாடல்... கொடு பார்க்கலாம்'' என்றவன் அதை பிடுஞ்கி வீசிவிட்டான்.

நேராக அது சென்ற இடமோ தண்ணீர் தொட்டி...

''மை போன்'' என்று அலறியவள் அதை எடுக்க தொட்டியின் அருகே போனாள்.

''எவ்வளவு ஆழம்... கிணறு மாதிரியே இருக்கே'' என்று வந்த வேலையை விட்டு அவள் ஆழத்தை ஆராய. அவள் பின்னே வந்து நின்று அவனும் தொட்டியை எட்டி எட்டி பார்த்தான்.

''இப்போ எதுக்கு உரசிட்டு நிற்கற... தள்ளிப்போ.. தண்ணியில உன்னைப் பார்க்கும் போது பூதம் மாதிரி இருக்கு'' என்றாள்.

''எனக்கு கூட ஒரு குட்டி பூதம் மாதிரி தான் நீ தெரியற. நான் எதுவும் சொல்றேனா... சொல்ற தில்லையே'' என்று சொல்லிவிட்டு இன்னும் அவளை நெருங்கி தொட்டியை எட்டிப் பார்த்தான்.

அதற்கு மேல் முடியாதென்று எண்ணி அவனை விலக்க முயற்சித்தாள்.

கவனம் நீரினில் இருந்ததால் பேலன்ஸ் தவறி கீழே விழுந்து விட்டான். அதில் அவனது சட்டை கறையாகிவிட.... ''ச்சே' என்று முனங்கிக் கொண்டு வீட்டுக்குள் நுழைந்தான்.

இவளும் பின்னே போக... ஹாலில் அமர்ந்திருந்த வளின் மேல் அவனது சட்டை வந்து விழுந்தது... ''கூடவே துவைக்கப் போடு'' என்ற கட்டளையும் வந்து சேர்ந்தது.

'எல்லாம் நான் கொடுத்த இடம் அதான் ஆடறான்' என்று திட்டியவள் அந்த ஷர்ட்டை தூக்கி எதிரில் இருந்த சோபாவில் வீசி விட்டு அமைதியாக அமர்ந்திருந்தான்.

'இன்னும் அதை நீ துவைக்கக் கொடுக்கலையா' என்ற அவனின் சத்தம் கேட்க திரும்பி பார்த்தவள், ''ராமா என்னை இன்னைக்கு நல்லபடியா வீட்டுக்கு கொண்டு போய் சேர்த்திடு'' என்று அவசரமாக கடவுளிடம் வேண்டுகோள் வைத்தாள்.

அவன் அணிந்திருந்தது அவள் வாங்கிக் கொடுத்த ஷர்ட்... பார்க்கவே படு கேவலமாக இருந்தது...

எதுவும் சொல்லுவாள் என்று நினைத்திருக்க அவளோ அமைதி காத்தாள்.

அவளை விடாமல் முறைத்துப் பார்த்தான். அதற்கும் எதுவும் செய்யாமல் அமைதியாகவே இருந்தாள்.

''உனக்கு என்ன தான் ஆச்சு கனிமொழி'' கோபத்தை அடக்கிய குரலில் கேட்டான்.

''வீட்டுக்குப் போகணும்.''

''இதுவும் வீடு தான். ஹோட்டல் இல்ல... நல்லா கோழிக்கண்ணை விரிச்சுப் பாரு... வீடு மாதிரி தெரியலைன்னா சொல்லு... எது எது எங்க இருக்குன்னு விளக்கத்தோட காமிக்கறேன்.''

''அம்மாவை பார்க்கணும்'' சிறுபிள்ளை அடம் பிடிப்பதை போல சொன்னாள்.

''என்னை கோபப்பட வைக்காதே... நீ இதே மாதிரி ட்யூன்ல பேசினேன்னா... இப்போ மட்டுமில்ல... இனி என்னைக்கும் உங்கம்மா வீட்டுக்கு போக முடியாத படி பண்ணிடுவேன்.''

''அப்பா கூட பேசணும்.''

''ஹே... என்னைப் பார்த்தா உனக்கு காமெடி பீஸ் மாதிரி தெரியுதா... கடுப்பேத்தாம நல்ல முறையா பேசு.''

''தேனை பார்க்கணும்.''

''ம்... அப்படியே சர்க்கரையை பார்க்கணும்... உப்பை பார்க்கணும்னு சொல்லு... எல்லாம் கிச்சன்ல தான் இருக்கு... எடுத்துட்டு வர சொல்றேன் இரு'' என்றவன் உடனடியாக அதை வேலைக்கார பெண் மணியிடம் எடுத்து வர சொல்லி அவள் முன்னாடியும் வைத்து விட்டான்.

''சர்க்கரைக்கும் உப்புக்கும் உனக்கு வித்தியாசம் தெரியாதில்ல... நான் சொல்லித்தரேன்'' என்று அவள் பக்கத்திலேயே அமர்ந்து விளக்கம் சொல்ல தயாராகியும் விட்டான்.

அவளோ அவனைக் காணாதவாறு எதிரில் இருந்த சுவற்றையே வெறித்துப் பார்த்துக் கொண்டிருந்தாள்.

அவளின் பார்வையின் திசையிலேயே பார்த்தவன்... ''என்னோட அழகை ரசிக்கறியா கனி...'' என்று கேட்கவும் எதிரில் இருந்த ப்ளவர் வாஷை எடுத்து போட்டோவில் வீசியே விட்டாள்.

''என்ன பண்ற நீ'' என்றவன் அடிக்க கையை ஓங்கிய நிலையில், வீட்டிலிருந்து வேலையாட்கள் எட்டிப்பார்க்க... கையை அப்படியே கீழே இறக்கினான்.

அடக்கப்பட்ட கோபத்தோடு அவளையும் இழுத்து தன்னருகில் அமர்த்திக் கொண்டான். அவளது கையை தன் கையோடு சேர்த்து வைத்துக் கொண்டான்.

அவள் கோபப்படும் போது அவன் இப்படித்தான் செய்வான்... இல்லையென்றால் அவள் விரல் நகங்களை கடித்து ரத்தம் வருவது கூட தெரியாமல் கடித்துக் கொண்டிருப்பாள்.

''கையை விடு'' என்று அவள் அவனிடமிருந்து தன் கையை பிரிக்க முயற்சிக்க, அவளால் முடியவில்லை.

''கை வலிக்குது கார்த்திக்... விடு...'' எனவும் தான் விட்டான். கை சிவந்து போய்விட்டது.

அவள் நார்மலாகிவிட்டாள் என்பதை புரிந்து கொண்டு உடைந்து போன போட்டோவை எடுத்துக் கொண்டு வந்து டேபிளில் வைத்தான்.

அதில் கார்த்திக் மட்டும் இல்லை கனியும் இருந் தாள். அதனால் தான் இந்த கோபம்...

''அந்த போட்டோவை முதல்ல தூக்கி ஏறி'' என்றதும் அவனுக்கும் கோபம் வந்துவிட்டது.

''நீ ரொம்ப ஓவரா பண்ற கனி. இது நீயும் நானும் தெரிஞ்சு எடுத்துக்கிட்ட போட்டோ தானே... இந்த ஒண்ணை நான் தூக்கி எறியலாம்... இந்த மாதிரி இன்னும் முப்பதாவது இருக்கும்... அதையெல்லாம் என்ன பண்ண முடியும்?''

''அதையும் எரிச்சுடு... உன் கூட சம்பந்தப் படுத்துற எந்த விஷயத்தையும் நான் பார்க்க விரும்பல.''

''ஓ... அப்போ நீயும் என் கூட சம்பந்தப்பட்டு இருக்கியே... உன்னை நீயே பார்க்காம இருந்துடு வியா.''

''எனக்குத்தான் உன்னை பிடிக்கலைன்னு சொல் றேன்ல... அப்புறம் ஏன் என்னை தொந்தரவு பண்ற..''

''அப்படி எனக்கு தோணலையே... உன் வீட்டு ஆளுங்ககிட்டக் கூட வேற மாதிரி சொல்லியிருப்ப போல... எதை நான் நம்பறது.''

''நான் சொல்றதை மட்டும் நம்பு... எனக்கு உன்னை பார்க்கவே பிடிக்கலை... என்னோட உணர்ச்சிகளை கொஞ்சம் கூட மதிக்காம. உன்னோட விருப்பம் தான்

முக்கியம்னு நீ செய்யற செயல் எதுவுமே பிடிக் கலை...''

''நீ தேன்மொழிகிட்ட வேற மாதிரி சொன்னதா கேள்விப்பட்டேனே.''

''பொய் சொன்னேன். என் மேல தான் தப்பு இருக்க மாதிரி எல்லார்கிட்டயும் பேசி குழப்பிவிட்டேன்... என்னால அவங்க வருத்தப்படக்கூடாதுன்னு தான் விளையாட்டுத்தனமா இருக்க மாதிரி நடந்துக்கிட் டேன்... போதுமா... இன்னும் எதுவும் விளக்கம் வேணுமா...''

''நான் உன்கிட்ட கேட்கறது இது தான் கடைசி தடவை.. உன்னைக் கேட்காம அன்னைக்கு நடந்துக் கிட்டதை தவிர மத்தபடி ஏதாவது தப்பு செய் தேனா... தயவு செய்து சொல்லு... இப்படி யார்கிட் டயும் நான் கெஞ்சிக் கேட்டதில்ல.''

''நீ ஏன் கேட்கிற... நீ கேட்க வேண்டிய அவசியமே இல்ல... உன்னை நம்பி உன் கூட அஞ்சு நாள்... முழுசா அஞ்சு நாள் கூட இருந்துருக்கேன்... என் னோட நம்பிக்கையை சுக்கு நூறா உடைச்சுப் போட்ட உன்னை நான் எதுக்கு ஏத்துக்கணும்... உன் கிட்ட இருக்க நல்லது கெட்டதை எல்லாம் எதுக்கு நான் ஆராயணும்...''

''எனக்கு வரப்போற புருஷனப் பத்தி எனக்குள்ள நிறைய கனவு இருக்கு. அதில ஒரு பர்சென்ட் கூட நீ சரியா வரமாட்ட... அப்படி இருக்கும் போது... நீ

இப்படியெல்லாம் போட்டோ பிரிண்ட் போட்டு வைச்சிருந்தேன்னா என்னோட வாழ்க்கை என்ன ஆகறது... நான் சந்தோஷமா வாழணும்னு நினைக் கறேன்...''

''அதுக்கு இடைஞ்சலா உன்னோட இருந்த அஞ்சு நாட்கள் இருக்கவே கூடாதுன்னு நான் மறந்தே போயிட்டேன்... நீயும் மறந்துட்டன்னு நான் நினைச்சு சந்தோஷமா இருக்கும் போது... ரெண்டு வருஷம் கழிச்சு திடீர்னு ஒரு நாள் வந்து... எல்லார் முன் னாடியும் அப்படி என்னை அசிங்கப்படுத்தின உன்னை... எந்த நம்பிக்கையில நான் காதலிக்க... முடியவே முடியாது... என்னோட வாழ்க்கை எனக்கு பிடிச்ச மாதிரி தான் இருக்கணும்... உனக்குப் பிடிச்ச மாதிரி இருக்கக் கூடாது'' என்ற போதும் பொறுமை யாகவே பேசினான்.

''அப்போ... என்னைக் கல்யாணம் பண்ணிக்க றேன்னு என்னோட அம்மா அப்பா கால்ல விழுந்து ஆசீர்வாதம் வாங்கினது.''

''எல்லாம் சும்மா... உன்னோட தம்பி அப்படியே உன்னை மாதிரியே இருக்கார். கொஞ்சம் கூட வித்தி யாசம் இல்ல. நம்பி வந்த பொண்ணை ஏமாத்திறதில ஒரே மாதிரியே இருக்கீங்க... இவர் சொல்வாராம்... அந்த பொண்ணை நீ கல்யாணம் பண்ணிக்கக் கூடாதுன்னு. உடனே அண்ணன் சொல் பேச்சை தட்டக் கூடாதுன்னு உன் பேச்சுக்கு தலையாட்டு வாராம்...''

"இப்போவே இந்த மாதிரின்னா, என்னோட சிஸ்ட ரோட நிலைமை என்னாகறது... அதான் உன்னோட என் கல்யாணம் நடந்தா அவங்க கல்யாணம் நடக்கக் கூடாதுன்னு சொன்னேன்... உன் தம்பியோட காத லோட அளவு எனக்கு தெரிய வேண்டாம்... என் சிஸ் டருக்கு தெரியணும்... சும்மா அஞ்சு நாள்ல காத லிக்கறேன்னு நீ வந்து நின்ன மாதிரி, உன் தம்பியும், பொண்ணு பார்த்துட்டுப் போன அன்னைக்கே வந்து நின்னுட்டார்... மணியும் அதை ஏத்துக்கிட்டா..."

"அது உண்மைக் காதலா இல்லையான்னு எனக்கு தெரியற வரைக்கும் கல்யாணத்தோட கடைசி நிமிஷம் வரைக்கும், நிறுத்தறதுக்கான எல்லா வேலையும் பண்ணுவேன்... உன்னால முடிஞ்சா உன் தம்பிக்கு அட்வைஸ் பண்ணு" என்று நீளமா பேசி முடித்தாள்.

மற்ற விஷயத்தில் எப்படியோ... தன்னுடைய காதலை கேவலமாக அவள் பேசிய பின்னும் அவளின் காலைப் பிடித்து கெஞ்சவோ... இல்லை ப்ளாக் மெயில் செய்வது போன்ற செயல்களையோ செய்ய அவனுக்கு துளியும் விருப்பமில்லை.

அவனுக்கு வெறுத்துப் போயிற்று. அவனுக்கு தெரிந்த வரையில் கனி யாரையும் திட்டக் கூட மாட்டாள். ஐந்தே நாளில் பார்த்து எதையும் முடிவு செய்து விடக்கூடாது. அவர்களின் சுய ரூபம் வேறு மாதிரி இருக்கும் என்று அவன் உச்சந்தலையில்

அடித்து அவள் சொல்லிவிட்ட பிறகும் அவளிடம் காதலை யாசிக்க அவனுக்கு விருப்பமில்லை.

ஒரு முடிவுக்கு வந்தவன், ''நீ சொல்றதை எல்லாம் நான் கேட்கணும்னு எந்த அவசியமும் கிடையாது. இனி என் முன்னாடி கை நீட்டி என்னைக் குறை சொல்லவோ, என் தம்பியை குறை சொல்லவோ உனக்கு அனுமதி கிடையாது... மீறிப் பேசினா... நீ உயிரோட இருக்க மாட்ட'' என்று எச்சரித்தவன் அறைக்குள் சென்று அவளுடன் எடுத்துக்கொண்ட அத்தனை போட்டோக்களையும் எடுத்து வெளியே போட்டு தீயிட்டு கொளுத்தினான்.

அவள் வாங்கிக் கொடுத்த சட்டை உட்பட...!!

இரு வருடங்களாய் கனாவில் அவனது கனிமொழி யுடன் காதலை வளர்த்துக்கொண்டிருந்தவன், அவளது சுயத்தைக் கண்டு காதலையும் தீயிட்டு கொளுத்தி னான்...

வேறு சட்டையை மாட்டிக் கொண்டு வந்தவன், ''கார்ல ஏறு'' என்று சொல்லவும் முன் பக்கமாக ஏறப் போனவளை, ''இனி இந்த இடம் உனக்கு சொந்த மானதில்ல... பின்னாடி போய் உட்கார்'' என்று அவன் உத்தரவிட, வெறித்த பார்வையுடன் பின்னே போய் அமர்ந்து கொண்டாள்.

உன்னுடைய பேச்சால் எனக்கு நிம்மதி தான் என்பது போலிருந்தது அவளது முகம்...

7

நீண்ட நேரமாய் கதவை திறக்காமல் இருந்த கார்த்திக்கை நினைத்து ரேவதிக்கு பயம் பிடித்துக் கொண்டது. அநாவசியமாக மகனின் அறைக்கு செல்லக்கூட மாட்டார்.

இப்போது சென்றதற்கு காரணம் அவன் வீட்டிற்கு வந்து நின்ற கோலம் அப்படி!!

முகத்தில் ஒருவித கடுமை எப்போதுமே இருக்கும். எல்லாம் தொழிலுக்கு பொறுப்பெடுத்துக்கொண்ட பின்னர் தான். அதுவரை அவன் அம்மா மடி தேடும் பிள்ளை தான்.

இன்று காரை அவன் சாத்திய வேகமும், ஷூக்களை கழட்டு வீசி எறிந்த வேகமும் அவரை பயம் கொள்ள செய்திருந்தன.

வேறு வழியே இல்லாமல் கதவை தட்ட, ''நான் அப்புறம் வர்றேன்மா... நீங்க போங்க'' எரிச்சலாய் வந்தது அவனின் குரல்.

அதைவிட எரிச்சலான குரலில்... ''உனக்கு ஒரு தேவைன்னு நீ வர்ற போது. நானும் அப்புறம் வந்து கேளுன்னு எரிச்சலா சொல்லியிருந்தா அம்மாவோட

அருமை தெரிஞ்சிருக்கும். இப்படி யாருக்காகவோ எடுத்து எறிஞ்சு பேச வாய் வந்திருக்காது'' மறை முகமாக கனியை அவர் சாடவே செய்தார்.

அவனுடைய இந்த செயல்களுக்கு அவள் மட்டுமே காரணமாக இருக்க முடியும் என்று அவர் மனம் அடித்து சொன்னது.

அவரது பேச்சைக்கேட்டு தன்னையே கடிந்து கொண்டவன், கதவை திறந்து... ''காலைல இருந்து சாப்பிடல... பசிக்குது...'' என்று சொன்னவுடன் அவசரமாக சமையலறைக்கு சென்று உணவை எடுத்து பரிமாறினார்.

அவன் உணவை முடிக்கும் வேளையில், ''உனக்கு என்ன குறைன்னு அந்தப் பொண்ணு உன்னை வேண்டாம்னு சொல்றா... அப்படி வேண்டாம்னு சொன்னா அவளுக்கு தான் குறை இருக்குன்னு அர்த்தம். இந்த பூமி ஒரே ஒரு பொண்ணுக்காக மட்டும் சுத்திட்டு இருக்கல. எல்லாருக்காகவும் தான் சுத்துது. அந்தப் பொண்ணை நினைக்கிறது தப்பில்ல... அவளையே நினைச்சுட்டு மத்தவங்களை மறக்கறதும், கோபமா பேசறதும் ரொம்ப தப்பு'' என்றார்.

''தப்பை திருத்திக்க முயற்சி செய்யறேன்மா... நான் தூங்கப் போறேன்'' என்றதும் மகன் இருக்கும் மனநிலையில் தனி அறையில் இருந்தால் தூங்க மாட்டான் என்று தெரிய, ''அன்போட போய் தூங்கு'' என்று சொன்னார்.

"அவன் கூடவா... அப்போ நான் விடிய விடிய சிவராத்திரி கொண்டாட வேண்டியது தான். போன்ல கடலை போட ஆரம்பிச்சின்னா. நிறுத்தறதில்ல. அந்தப் பொண்ணும் சலிக்காம பேசுது. ஆபீஸ்ல கூட வேலையை செய்ய மாட்டேங்கறான். வீட்டுக்குப் போடான்னு இன்னைக்கு நானே துரத்தி விட்டேன்..." என்று சொல்லும் போது அவன் குரலில் பொறாமை இல்லை. மகிழ்ச்சியே இருந்தது.

திருமணத்திற்கு முன்பு ஆவலோடு எதிர்பார்க்கும் தருணங்கள். காரணங்களே இல்லாமல் மணிக் கணக்கில் பேசுவதற்காக உடனடியாக உருவாக்கப் படும் காரணங்கள்.

கார்த்திக் இவற்றையெல்லாம் மிஸ் செய்வது போலத்தான் ரேவதிக்கு தோன்றியது.

"அந்தப் பொண்ணு முடிவா என்ன தான் சொல் லுறா."

"அவளுக்கு முடிவு எடுக்க தெரியல மாம். அதனால நானே எடுத்துட்டேன்... இனி நோ மேரேஜ். கொஞ்ச நாளைக்கு பிசினெஸ்ல முழு மனதோட ஈடுபடப் போறேன்" என்றான்.

'அப்போ இவ்வளவு நாளா அரைகுறையா தான் வேலை செஞ்சுட்டு இருந்தியா' கேட்க வந்ததை தொண்டைக்குள்ளே அடக்கினார்.

அவரது பதிலை எதிர்பாராமல் தன்னறைக்கு வந்து கட்டிலில் விழுந்தான். மனம் முழுக்க அவளின் நினைவுகள் மட்டுமே...!!

ஆசைகளை அடக்கலாம். கனவுகளை அடக்க முடியுமா... அந்த சக்தி யாருக்கும் கிடையாதே... அவளுடனான தன்னுடைய வாழ்க்கை எப்படி இருக்கும் என்று இரண்டு வருடங்களாக கட்டிய கனவுக் கோட்டை!!

காரணத்தோடு வந்த காதல் என்றாலும், காரணமே இல்லாமல் பல்கிப்பெருகிவிட்டது. அதை தடுக்கும் சக்தி அவனுக்கு இருந்ததில்லை. இனி தடுத்தே ஆக வேண்டும் என்று நினைத்த நொடியில் அவளை சந்தித்த நாளை நோக்கி நினைவுகள் படையெடுக்க ஆரம்பித்தது.

* * *

''விநாயகரப்பா காப்பாத்து'' என்ற வேண்டுதலுடன் கண்ணை மூடி பேருந்தில் அமர்ந்திருந்தான் கார்த்திக்...

மலைமேல் பேருந்து சென்று கொண்டிருந்தது. அவனுக்கு இதெல்லாம் அலர்ஜி. எப்போது வாமிட் செய்வோம் என்ற நொடிகளை எண்ணும் அளவிற்கு இருந்தான்.

அதிலும் பக்கத்தில் யாரோ உணவை ஒரு கட்டுக் கட்டும் சத்தமும், உணவின் மணமும் அவனைப் பாடாய் படுத்திக் கொண்டிருந்தது. கண்ணை திறக்காமலேயே வேண்டிக் கொண்டிருந்தான்.

அவன் முன் ஒரு க்ளாஸ் நீட்டப்பட, எதுவோ ஒன்று தன் முன் நிழலாடுவதைப் போல் உணர்ந்து கண்ணை விழித்துப் பார்த்தான்.

''எலுமிச்சை ஜூஸ்... நல்லா இருக்கும்... குடிங்க'' என்று ஒரு பெண் கொடுக்க... எதையும் யோசிக்கும் நிலையில் இல்லாததால் அவசரமாக வாங்கிக் குடித் தான். கொஞ்சம் தெம்பாக இருந்தது.

மலைப்பகுதியில் நான்கு மணி நேரப் பயணம் என்பதால் தான் கார்த்திக்கிற்கு இந்த நிலை.

அதிலும் இந்த மூன்று மணி நேரத்தில் விடாமல் எதையாவது அசை போட்டுக் கொண்டிருக்கும் அந்தப் பெண்ணால் அந்த அசௌகரியம் என்றும் சொல்லலாம்.

அவன் அந்தப் பெண்ணின் பக்கம் திரும்பவும் அவசரமாக தன் கையில் இருந்த தீனியை எடுத்து பேக்கில் வைக்கவும் அவனுக்கு சிரிப்பு வந்து விட்டது.

''நான் ஒண்ணும் பிடுங்கி சாப்பிட மாட்டேன்... பயப்படாதீங்க'' என்றதும் அவள் முகத்திலும் புன் னகை.

''நீங்க பிடுங்கினாலும் நான் கவலைப்பட மாட் டேன். இன்னும் நிறைய இருக்கு... இவ்வளவு நேரம் பொழுதே போகலையா... பக்கத்துல இருக்கவங்க கிட்ட பேசலாம்னா அவங்க பேசற மொழி புரியவே இல்ல. எல்லார்கிட்டயும் பேசி பல்ப் வாங்கிட்டு வந்துட்டனா... நீங்களும் இந்த மலைகிராம ஆளுன்னு நினைச்சு தான் பேசாம வந்துட்டு இருந் தேன்... விநாயகரப்பாவும், தமிழ் மொழியும் உங்

களையும் காப்பாத்திடுச்சு... என்னையும் காப்பாத் திடுச்சு'' என்றதும் தான்...

'இவ்வளவு நேரம் மனசுக்கள்ள விநாயகரப்பாவை கூப்பிட்டதுக்கு பதிலா வாய்விட்டு முன்னாடியே கூப்பிட்டிருந்தா, முன்னாடியே ஜூஸ் கிடைச் சிருக்கும்' அல்பமாய் எண்ணிக் கொண்டவன் அதை முகத்தில் காண்பிக்காமல்...

''போர் அடிக்குதுன்னு யாராவது இப்படி திண்பாங் களா. எனக்கு தெரிஞ்சு அரை பேக் காலியாகிடுச்சு... அதுல அப்போ அப்போ வித விதமா ஜூஸ் வேற... எப்பவுமே இப்படித்தானா... இல்ல'' என்று இழுக்கவும்...

''போர் அடிச்சா மட்டும் தான் இப்படி. மத்த நேரம் நார்மலா தான் சாப்பிடுவேன்'' என்றவளின் கூற்று உண்மை என்பது போல உயரத்துக்கு ஏற்ற எடையில் அழகாக இருந்தாள்.

''போர் அடிச்சா வேடிக்கை பார்க்க வேண்டியது தானே'' என்றதும்,

'நம்மக்கிட்ட பேசறதுக்கு ஒரு அடிமை சிக்கிட் டான்...' என்று குதூகலமாக எண்ணியவள் மிச்ச மிருந்த உணவுகளையும் பேக்கில் போட்டு அடைத்து மேலே போட்டுவிட்டு, இருக்கையை சரிபடுத்தி அவனை பார்க்கும் வகையில் வாகாக அமர்ந்து கொண்டாள்.

அவள் செய்கை ஒவ்வொன்றும் அவனுக்கு சிரிப்பை வரவழைத்தன. இருந்தாலும் இன்னும்

சிறிது நேரத்திற்கு அவளது துணை அவசியம் என்பதால் சிரிப்பை வெளியே காட்டிக்கொள்ள வில்லை.

''வேடிக்கை பார்க்கவே பயமா இருக்கு... வெளில கொஞ்சம் எட்டிப் பார்த்தாலும், ஏதோ குகைக்குள்ள மாட்டிக்கிட்டு இருக்க மாதிரி ரொம்ப பயமா இருக்கு. அதான் முழு கவனத்தையும் ஜூஸ்லயும், சிப்ஸ்லயும் வைச்சிருந்தேன்'' என்றாள்.

''நல்ல பொழுது போக்கு தான். இங்க பேசற மொறி தெரியலைன்னு சொல்றீங்களே... ஊருக்குள்ள போய் என்ன பண்ணுவீங்க.''

''நான் ஒரு மொழிபெயர்ப்பாளர்கிட்ட சொல்லி வைச்சிருந்தேன். கடைசி நேரத்தில காலை வாரிட் டான். என்னோட சிஸ்டர் கூட போக வேண்டாம்னு எவ்வளவோ தடுத்துப் பார்த்தா... நான் தான்' நமக்கு ஒரு அடிமை அங்க சிக்காமலேயே போயிடும்னு' அவகிட்ட தைரியம் சொல்லி இங்க கிளம்பி வந்தேன்... என்னோட நினைப்பை பொய்யாக்காம நீங்களே வந்து சேர்ந்துட்டீங்க'' என்றாளே பார்க் கலாம்...

அவன் வாய்விட்டே சிரித்து விட்டான். சொல்லப் போனால் அவனை அடிமை என்று சொன்னதற்கு கோபம் வந்திருக்க வேண்டும். ஆனால் அவனுக்கோ சுவாரசியம் பிறந்தது. அவளிடம் நட்புக்கரம் நீட்ட மனம் விடாமல் உந்திக் கொண்டிருந்தது.

''என்ன விஷயமா இந்த ஊருக்கு வர்றீங்க'' அவளைப் பற்றி அறிந்துகொள்ளும் ஆவலின் கேட்டான்.

''நீங்க எதுக்கு வந்திருக்கிங்களோ... அதுக்கு தான் நான் வந்திருக்கேன்.''

''நான் இங்க கல்யாணம் பண்ணிக்கலாம்னு வந்திருக்கேன்... அப்போ நீங்களும் அப்படித்தானா.''

''ச்சே ச்சே... அந்த அளவுக்கு நான் பெரிய பொண்ணில்ல.... கல்யாண வயசு இன்னும் வரல.''

''ஓ... அப்போ ஒரு பதினேழு இருக்குமா உங்களுக்கு...''

''நோ நோ... அதா விட மூணு வயசு கம்மி...''

''மம்மி ஆகற வயசுல இருந்துட்டு, 'எனக்கு மூணு வயசு கம்மி'ன்னு எவ்வளவு பெரிய பொய்... பொண்ணுங்களுக்கு வயசை குறைச்சு சொல்றதில ஒரு இன்பம்னு தெரியும். அதுக்காக அநியாயத்துக்கு குறைச்சு சொல்லக் கூடாது.''

''நீங்க கூட தான் என் கண்ணுக்கு ஸ்கூல் போற பச்சைக் குழந்தை மாதிரி தெரியறிங்க... ஆனா கல்யாணம் பண்ணிக்கப் போறேன்னு பொய் சொல்லறிங்களே...'' என்றதும் அவசரமாய் கண்ணாடியை எடுத்து தன்னுடைய முகத்தை ஆராய்ந்தான்.

அநியாயத்துக்கு குழந்தைன்னு சொல்லி டேமேஜ் செய்யறாளே... வருந்தியது அவன் மனம்!!

ஷேவ் செய்யும் போது... மீசையையும் எடுத்து விட்டிருந்தான். அது வேறு விடலைப் பையனுக்கு அரும்பு விட்டிருந்தது போல இருக்க... அதைப் பார்த்து தான் அப்படி சொன்னாளோ என்று அவளைப் பார்க்க... அவள் கண்களும் அதை பறைசாற்றியது.

இவ்வளவு சீக்கிரமா என்னோட முகத்தை ஆராய்ந் திருக்கிறாளே... சந்தோஷம் வரவேண்டிய நிலையில் எச்சரிக்கை உணர்வு வந்து விட்டது.

''பொண்ணுங்க செய்யற வேலையை எல்லாம் நீங்க செய்யறீங்க'' என்றதும் கண்ணாடியை விட்டு விட்டு அவளைப் பார்த்தான்.

''புரியலையே.''

''ஒரு பொண்ணு நம்மளை பாராட்டியிருக்காளேன்னு சந்தோஷப்படறதை விட்டுட்டு முறைச்சுப் பார்த் துட்டு இருக்கீங்க... நானெல்லாம் ரொம்ப நல்ல பொண்ணுக்கு... எ'க்கு அடுத்த எழுத்து பி'ன்னு கூட தெரியாதாக்கும்'' என்று வேறு சொன்னாள்.

'தெரியலைன்னு சொல்லிட்டே... எனக்கு எல்லாம் தெரியும்ன்னு இவ சொல்லிட்டு இருக்கா... என்னைப் பார்த்தா இவளுக்கு லூசு மாதிரி தெரியுதா குழம்பிப் போனான்.

''அப்படி எல்லாம் நான் நினைக்கலை'' என்று சொல்லி, அவனது வயிற்றெரிச்சலை வாங்கிக் கட்டிக்கொண்டாள்.

‘‘உனக்கு மைன்ட் ரீடிங்க தெரியுமா.’’

‘‘அதெல்லாம் தெரியாது. போட்டு வாங்க தெரியும்’’ எனவும், இந்த முறை பல்ப் வாங்கியது தெளிவாய் கார்த்திக்கிற்கு புரிந்தது.

‘‘நாம இந்த டாபிக்கை விட்டுடலாம். ரொம்ப பல்ப் வாங்கறேன்... நான் என்னோட பிரண்ட் கல்யாணத்தைப் பார்க்கறதுக்கு வந்திருக்கேன்... இதுக்கு முன்னாடி இங்க வந்த அனுபவம் நிறைய இருந்தாலும், மலை மேல போறது மட்டும் அனுபவமாகல... இந்த வழில கார் போகக் கூட முடியாது... என்னோட பிரண்ட்டுக்காக வேற வழியில்லாம வந்திருக்கேன்.’’

‘‘இப்போ என்னோட டர்ணா... இங்க நடக்கற கல்யாணத்தை பார்க்கலாம்னு வந்திருக்கேன். ரொம்ப வித்தியாசமா இருக்கும்னு கேள்விப்பட்டேன்... இங்க இருக்கவங்களுக்கு கல்யாணம் பண்ணனும்னு நினைச்சா, வருஷத்துல ஒரே நாள்ல எல்லாரோட கல்யாணத்தையும் சேர்த்து வச்சு நடத்துவாங்களாமே... உண்மை தானா.’’

‘‘ஆமாம்... காதலுக்கு இங்க தடை இல்லைன்னாலும், கல்யாணம் பண்ணிக்கறதுக்குன்னு ஒரு குறிப்பிட்ட நாளை மட்டும் ஒதுக்கி வச்சிருக்காங்க. அந்த நாட்கள்ல மட்டும் ஏழை பணக்காரன்னு வித்தியாசம் இல்லாம, எல்லாரும் ஒற்றுமையா இருப்பாங்க. பார்க்கவே கண்ணுக்கு குளிர்ச்சியா இருக்கும்.’’

‘‘இதை குளிர்ச்சியை என் கண்ணும் வேணும்னு அடம்பிடிச்சுது. அதான் நானும் இங்க வந்துருக் கேன்... மத்தபடி எல்லா உதவிகளையும் செய்யப் போறது கூகுள் ஆண்டவர் தான்’’ என்றதும் புரி யாமல் பார்த்தான்.

‘‘ஊருக்குள்ள போறதுக்கு வழியவே கூகிள் தான் காமிக்கணும். அந்த அர்த்தத்தில் சொன்னேன்’’ என்றவள் மொபைலை எடுத்து செக் செய்ய... அது அவள் இறங்க வேண்டிய இடத்திற்கு மிக அருகில் வந்து விட்டதை உணர்த்தியது.

அவன் இறங்குவதற்கு முன்பே ஆயத்த மானாலும்... அதை கண்டுகொள்ளாமல் மொபைலை ஆராய்ந்த பின்னரே இறங்கினாள்.

மனுஷங்களை விட, கொஞ்ச நேரத்தில சார்ஜ் போகப் போற போன் மேல ரொம்ப நம்பிக்கை வைக்கக் கூடாது.’’

‘‘மனுஷங்க மேல முழு நம்பிக்கை வந்துட்டா... போனை முழுசா தூக்கிப் போட்டுடுவேன்’’ என்றாள்.

அதில் அவனுக்கு கோபம் எல்லாம் வரவில்லை. அறிமுகம் இல்லாத ஒருவனுடன் தனியாக அவள் பயணிக்கும் சமயத்தில், அவள் செய்துகொள்ளும் முன்னெச்சரிக்கை அவனை அதிகமாய் கவர்ந்தது.

‘‘இதுவரை பெயரை கூட தெரிந்துகொள்ளாதது உறுத்த, ‘‘உங்க பேர் என்ன?’’ என்று கேட்டான்.

"கனிமொழி... மிஸ்டர் கார்த்திக்" என்றாள்.

"என் பெயர் எப்படி தெரியும்... என் கூட பேசிட்டே எதுவும் பின்னாடி வேவு பாக்கறீயா" கோபமாக கேட்டான்.

"சாரி... அந்த அளவுக்கு நீங்க பெரிய மனுஷன் மாதிரி எனக்கு தோணலை... உங்க யோசனை அமுல் பேபி யோசிக்கிற மாதிரி இருக்கு... பஸ்ல எத்தனை முறை போன் பேசுனீங்க... என் காதிலையும் தெளிவா விழுந்துது... எதையும் யோசிக்காம கோபப் படாதீங்க..."

"நீ சொல்றேன்னு என் மனசும் உன்னை நம்ப சொல்லுது. என்ன பண்ண அநியாயத்துக்கு என் னோட அம்மா, என்னை நல்லபிள்ளையா வளர்த்துட் டாங்க" சோகம் போல் காட்டிக் கொண்டவன் அவளுடன் சேர்ந்தே பயணத்தை தொடர்ந்தான்.

8

காட்டுக்குள் சிறிது தூரம் கடந்த போதே, கார்த்திக்கின் நண்பன் கோவிந்தன் வந்துவிட்டான்.

"வாடா மச்சான்" என்று ஓடி வந்து அணைத்து, அவனை தூக்கி ஒரு சுற்று சுற்றிவிட்டு இறங்கினான்.

பலவிதமான நல விசாரிப்புகளுக்குப் பிறகு அரு கிலிருந்த பெண் தங்களையே சிரிப்புடன் பார்த்துக் கொண்டிருப்பதை உணர்ந்து, கார்த்திக்கின் காதில் ''யாருடா அந்த பொண்ணு, கூட்டிட்டு வந்துட்டியா'' என்று மலைகிராம மொழியில் பேசினான்.

''என்னோட பிரண்ட். தப்பா பேசாதே. கல்யாணம் முடியற வரைக்கும் இங்க தான் இருப்பா. அவளுக்கு ஒரு வீடு அரேல் பண்ணு.''

''லூசாடா நீ. அந்தப் பொண்ணு தனியா வந் திருந்தா கூட, இங்க தங்கறதுக்கு இடம் கொடுப் பாங்க. இப்போ நீயும் சேர்ந்து வந்திருக்கறதினால, தப்பா நினைச்சுக்குவாங்கடா... அவங்களை திருப்பி அனுப்பிடு'' எனவும் அவளை பார்த்தான்.

இப்போது அவர்களின் பேச்சை கவனிக்காமல் இயற்கையின் மேல் கவனத்தை வைத்து, அங்கிருக் கும் மரங்களை தொட்டு தொட்டுப் பார்த்து, செல்பி எடுத்துக் கொண்டிருந்தாள்.

அவளை திருப்பி அனுப்ப மனதில்லை, ஏமாந்து விடுவாள்!!

''எனக்காவது தங்கறதுக்கு இடம் கொடுப்பியா.''

''அதெப்படி கொடுக்க முடியும். நீ வந்ததை நிச்சயம் நாலு பேராவது பார்த்திருப்பாங்க. அப்படி இருக்கும் போது, யார் வீட்டுலேயும் இடம் கொடுக்க மாட்டாங்க... என்ன பொய் சொல்லி உன்னை தங்க வைக்கறதுன்னு தெரியல'' என்று யோசித்தவன்.

''அந்தப் பொண்ணை யாருன்னே தெரியாதுன்னு சொல்லிடலாம்... அவங்களை முதல்ல அனுப்பு'' என்றவனின் தோளை தட்டியவன்...

''அந்த பொண்ணு கண்டிப்பா அங்க தங்கணும். அதுக்கு ஏற்பாடு பண்ணு'' என்றான்.

இல்லையென்றால் நானும் போய்விடுவேன் என்ற தொனி அதில் இருந்தது.

''சரி. உன்னோட தங்கச்சின்னு சொல்லி அறி முகப்படுத்தி வைக்கிறேன்.''

''அப்படி மட்டும் சொன்னா, உனக்கு மட்டு மில்ல... எனக்கும் அடி கிடைக்கும். அப்பா அம்மாக்கு என்னைப் பத்தி நல்லா தெரியும்டா'' எனவும் தலையை பிய்த்துக் கொள்ளாத குறையாக யோசிக் கவும், கார்த்திக்கே மனமிரங்கி...

''என்னோட கேர்ள் பிரண்ட்ன்னு சொல்லு'' என்றான்.

''அதுக்கு என்ன அர்த்தம் தெரியுமா அந்தப் பொண்ணு முதல்ல நீ சொல்றதை ஏத்துக்குமா'' என்று கோபப்பட்டான் கோவிந்தன்.

உடனே கனியை அழைத்தவன், ''நாம பிரண்ட்ஸ் தானே'' என்று கேட்டான்.

உடனே ஆமாம் என்று தலையை ஆட்டியும் விட்டாள். தவறேதும் இருப்பதாக தெரியவில்லை.

''பார். அவளே சரின்னு சொல்லிட்டா.... என்னைப் பொறுத்தவரைக்கும்   கேர்ள்பிரண்ட் தப்பான

அர்த்தம் கிடையாது. அவளுக்கு இங்க பேசற மொழி புரியாதுன்றதினால, என்னோட உதவி அவளுக்கு எல்லா இடத்திலேயும் அவசியமா இருக்கும். அதனால எங்களுக்கு தனியா ஒரு வீடு அரேஞ் பண்ணிடு. பார்க்கறவங்க என்ன மாதிரி புரிஞ்சுக் கிட்டாலும், என் மனசில கள்ளம் இல்லை'' எனவும் நண்பனின் குணத்தையும், மனதையும் அறிந்தவ னாய் அவன் சொல்படியே நடக்கிறேன் என்று உறுதி கொடுத்தான்.

இருவரும் திருமணம் செய்துகொள்ளப் போகி றார்கள் என்று சொல்லிவிட்டால் பிரச்சனை முடிந்து விட்டது. அவர்களுடன் தங்க வயதான பெரியவர் களை கொண்டு வந்து விட்டுவிடுவார்கள்.

காலப் போக்கில் எங்காவது பார்க்க நேர்ந்தாலும் திருமணம் செய்ய விருப்பமில்லை என்று பிரிந்து விட்டார்கள் என்று சொல்லிவிட்டால் பிரச்சனை முடிந்தே விட்டது.

பிரிக்க முடியாத திருமண பந்தத்திற்குள் உருவ அமைப்பை மட்டும் அடிப்படையாகக் கொண்டு இணைந்து விட்டு, பின் பிரிவதற்கு பதிலாக... அவர்களின் குணநலன் என்னவென்று ஆராய்ந்து இறுதியில் ஒரு முடிவு எடுப்பது வாழ்க்கைக்கு நல்லது என்பதால் தான் இங்கு திருமணம் வருடத் திற்கு ஒரு முறை மட்டும் நடத்தப்படுகிறது.

நண்பர்கள் இருவரும் பேசிக்கொண்டே நகர, அவளை கனி பின் தொடர்ந்தாள்.

அவர்கள் பேசுவது புரியவில்லை என்றாலும் நீண்ட காலம் கழித்து சந்திக்கும் நண்பர்களின் இடையில் புகுந்து' எனக்கு புரிந்த மாதிரி பேசுங்க' என்று சொல்ல மனமில்லை.

வந்த இடத்தில் யாருக்கும் தொந்தரவாக இருந்து விடக் கூடாது என்பதில் மட்டும் தெளிவாக இருந் தாள்.

ஒருவழியாக கார்த்திக் கனியின் நிலை உணர, அவளை திரும்பி பார்த்தான்.

யாரைப் பற்றியும் யோசிக்காமல் போட்டோவாக எடுத்து தள்ளிக் கொண்டு இருந்தாள்.

"எங்களோடவே வா. இந்த நேரத்தில மிருகங்கள் நடமாட வாய்ப்பு அதிகம்" எனவும் பயந்து போனவள் அவசரமாக அவன் பக்கத்தில் வந்துவிட்டாள்.

"உண்மையாவேவா."

"பொய் எதுக்கு சொல்லப் போறேன்..." என்றவன் நண்பனை அறிமுகப்படுத்தும் விதமாக.

"இவன் பேர் கோவிந்த் ரிதேஷ் கண்ணா... சென் னைல தான் படிச்சான்... அங்க தான் வேலை பார்த் துட்டு இருக்கான். இவனுக்கு தான் கல்யாணம்..."

"வாழ்த்துக்கள் ரிதேஷ் ப்ரோ" என்றாள்.

"தேங்க்ஸ் சிஸ்டர்" என்றவன் நண்பனின் காதில், "சிஸ்டர்னு சொல்லிட்டு அவங்களை ஏமாத்த மனசு வரலைடா" என்றான்.

"நான் அவளுக்கு உதவி தான் பண்ணப்
போறேன்... திரும்பவும் சொல்றேன். நான் அவளை
ஏமாத்தல... அதனால இனிமேல் இந்த மாதிரி
உளறாதே" எனவும் வாயைக் கட்டுக்குள் கொண்டு
வந்து விட்டான்.

ஊருக்குள் வந்ததும், பலரும் கார்த்திக்கை நலம்
விசாரித்தார்கள். கனியையும் யார் என்று விசாரித்
தார்கள்...

கோவிந்தன் எதுவோ சொல்ல. அவர்கள் கனியை
பார்த்து சிரித்தார்கள். அவளும் பதிலுக்கு சிரித்தாள்.

அங்கிருந்த வீடுகள் சற்று தள்ளி தள்ளி இருந்தது.
ஒவ்வொரு வீட்டிலும் மல்லிகை தோட்டம் இருக்க,
கார்த்திக்கிடம். "ஏன்" என்று கனி கேட்டு விட்டாள்.

கோவிந்தன் நண்பன் என்ன பதில் சொல்ல
போகிறான் என்று தவிப்புடன் பார்த்தாலும், அவசர
மாக "நான் போய் வீட்டை ரெடி பண்ணி வைக்
கிறேண்டா" என்று நகர்ந்துவிட்டான்.

"சொல்லுங்க கார்த்திக்" மரியாதைப் பன்மை
யோடு அவள் கேட்க, மறுக்க முடியாமல் தனக்கு
தெரிந்த விளக்கத்தை கொடுத்தான்.

"மல்லிகை பூவில நிறைய மருத்துவ குணம்
இருக்கு. இதோட மணம் எல்லாருக்குமே ரொம்ப
பிடிக்கும் தானே.... இந்தப் பூவை கசக்கி தலையில
பத்து மாதிரி போட்டா தலைவலி போயிடும்.
அதனால தான் வைச்சிருக்காங்க."

"ஓ... இதை சொல்றதுக்காக கூச்சப்பட்டு ப்ரோ இவ்வளவு வேகமா ஓடினாங்க" எனவும் மொழி புரியாவிட்டாலும், கைகளையும் முகத்தின் மாறு தல்களையும் வைத்து புரிந்துகொள்கிறாள் என்பது அவனுக்கு புரிந்தது.

"எனக்கு ஒண்ணும் அவனை மாதிரி கூச்சமெல் லாம் இல்லப்பா... கர்ப்பமா இருக்க பொண்ணுங்க மல்லிகை தோட்டத்தில நடந்தா நல்லதுன்னு ஐதீகம் இருக்கு... அது மட்டுமில்லாம தம்பதிகள் மல்லிகை தோட்டம் இருக்க வீட்டுல இருந்தா, அவங்க வாழ்க்கை ஓஹோன்னு இருக்குமாம்... ஏன்னா மன் மதனும் ரதியும் வாழ்ந்த இடம் மல்லிகை தோட் டம்னு புராணங்கள் சொல்லுது."

"இன்ட்ரஸ்டிங்" என்றாள்.

"இன்னொரு காரணம் கூட இருக்க. அது பொதுவா எல்லாருக்கும் தெரிஞ்சது தான்" எதுவோ புரிந்தது போலிருக்க, கடைசியாக அவன் சொன்னது காதிலேயே விழாதது போல். அங்கிருக்கும் வீடு களின் அமைப்பை போட்டோ எடுக்க தொடங்கி விட்டாள்.

சில மணித்துளிகளில் வீட்டு சாவியுடன் வந்து விட்ட கோவிந்தன், "மச்சான்... இந்தா வீட்டு சாவி... ராத்திரி மட்டும் என்னோட பாட்டி வந்துடும்... பகல் முழுக்க உன்னோட நான் இருப்பேன்னு சமாதானம் சொல்லி வைச்சிருக்கேன். தம்பி தவறி தொட்டுப்

பேசிடாதீங்க. உடனே முகூர்த்தத்துக்கு ஏற்பாடு பண்ணிடுவாங்க... உன் வாழ்க்கை அப்புறம் அதோ கதி தான்... இப்போவே உனக்கு முக்கியமா நிறைய ஆப்பு வைச்சிருக்காங்க... ஆப்பு நம்பர் ஒன்...''

''எங்க வீட்டுல இருந்து சோறு வரவே வராது... அந்தப் பொண்ணே சமைக்கட்டும்னு சொல்லி, எல்லாத்தையும் கொண்டு வந்து கொடுக்கறதா சொல்லிட்டாங்க.''

''ஆப்பு நம்பர் 2, என்னோட வருங்கால மனைவி கனிமொழி கூட பேச அனுமதிச்சிருக்காங்க. அவளுக்கு அரைகுறையான்னாலும் இங்கிலீஷ் பேச தெரியும். அப்படி பேசும் போது, இந்தப் பொண்ணு உன்னை காதலன் இல்லைன்னு உளறி வைச்சுச் சுன்னு வைச்சிக்க. நீ செத்த...'' என்று காரணங்களை அடுக்கவும் கார்த்திக் சிரித்தான்.

கனிமொழியை அழைத்தவன். ''உனக்கு நான் ட்ரான்ஸ்லேட்டர் வொர்க் பண்றேனே... அதுக்கு பேவரா எனக்கு நீ என்ன செய்யப் போற'' என்று கேட்டான்.

உடனே எதையும் யோசிக்காமல், பேகிலிருந்து பணத்தை எடுத்தவள், அவன் முகம் போகும் போக்கை கவனித்து விட்டு, நாக்கை கடித்துக் கொண்டு, ''நீங்களே சொல்லுங்க கார்த்திக்... இப்போதைக்கு என்னால முடிஞ்சது இந்த பணம் தான். பட் இதைக் கொடுத்து உங்களை நான்

கீழிறக்க விரும்பல... என்ன செய்யணும்... நீங்களே சொல்லிடுங்க.''

''ம்ம்... சமைக்க தெரியுமா.''

''அதெல்லாம் சூப்பரா செய்வேனே...'' என்று சொல்லவும் தான் கார்த்திக்கிற்கு நிம்மதியாக இருந்தது.

'நான் சமைச்சு இவளுக்குக் கொட்டணும்னு நினைச்சு பயந்துட்டேன்...' என்று அவள் உண்ணும் அளவை நினைத்து பயந்து தான் போயிருந்தான். அதை மறைக்கத்தான் வெளியில் சிரித்துக் கொண்டிருந்தான்.

ஒருவழியாக டீலிங் முடிந்து விட, மூவரும் வீட்டிற்குள் சென்றார்கள்.

சுற்றிலும் செடி கொடியோடு, அந்த மரவீட்டை பார்க்கவே ரம்மியமாக இருந்தது.

''எவ்வளவு அழகா கட்டிருக்காங்க'' என்று ஒவ்வொன்றையும் தன் கேமராவினுள் பதித்துக்கொண்டாள்.

கோவிந்த், கார்த்திக்கின் காதில், ''இந்தப் பொண்ணு உண்மையாவே ரசிக்குதா... இல்லை சீன் போடுதா'' என்றான்.

''அவ என்ன பண்ணினாலும் உனக்கோ, இல்லை எனக்கோ எதுவும் பிரச்சனையா'' என்று கேட்கவும் இல்லையென்று தலையாட்டினான்.

''அப்போ வாயை மூடிக்கிட்டு கிளம்பு... பசிக் குது... முதல்ல நான அதுக்கு ஏற்பாடு பண்ணனும்'' என்று கிச்சனுக்குள் நுழைந்தான்.

பின்னாடியே கனியும் செல்லவும், ''ஒரு பொண்ணு கூட இருக்கவும், பார்க்க வந்த நண்பனையே துரத்தற காலமடா இது... கலிகாலம்'' புலம்பிக்கொண்டே சென்றான்.

நிறைய கீரை வகைகள் அங்கிருக்கவும், ''இன்னும் கொஞ்ச நாளைக்கு இந்த இலை, தழையோட தான் நாம போராட வேண்டியிருக்கும்'' அலுத்துக் கொண்டவனாய் கார்த்திக் சமையலுக்கு உதவி புரிய, அவனுக்கு பசி என்பது புரிந்து விட்டதால் ஓய் வெடுக்க சொன்ன உடலையும் பொருட்படுத்தாமல், கை காலை அலம்பிவிட்டு உடனே அங்கிருப்பதை வைத்து எளிமையாக சமைக்க ஆரம்பித்தாள்.

இருவரும் வேலை செய்ததால், உடனே சமை யலும் முடிந்து விட, கார்த்திக் அவசரமாக உணவை எடுத்துக் கொண்டு தோட்டத்தில் போய் அமர்ந்து கொண்டான்.

உணவும் ருசியாகவே இருந்தது. உண்டு முடித் ததும், ''நீ செய்ததுக்கு பேர் என்ன?'' என்றான்.

''யாருக்கு தெரியும்... நாமளே ஒரு பேர் வைச்சா தான் உண்டு...'' என்றாள்.

''அப்போ உனக்கு சமைக்க தெரியாதா?''

''ம்ம்... அப்போ உங்க வயித்துக்குள்ள போனதுக்கு பேர் என்ன... எந்த பொருள் இருந்தாலும், அதை அளவா எடுத்து, தகுந்த மாதிரி சமையல் செய்ய எங்கம்மா சொல்லிக் கொடுத்திருக்காங்க. அதான் இங்க இருக்கறதை வைச்சு செஞ்சேன்...'' என்றவள் அவளும் உண்டு விட்டு அவளுக்கென்று ஒதுக்கப் பட்ட அறைக்குள் சென்று கதவை அடைத்துக் கொண்டாள்.

கார்த்திக் கோவிந்த் வீட்டிற்கு செல்ல கிளம்பி வந்தவன். அவள் அறைக்கதவு மூடி இருப்பதைக் கண்டு தயங்கிவன், சிறிது நேரத்திற்குப் பிறகு கதவை தட்டினான்.

''சொல்லுங்க கார்த்திக்'' என்று உள்ளிருந்தே அவள் குரல் கொடுக்க,

''நான் வெளிய கிளம்பறேன்.... நீ வர்றியா?'' என்றான்.

''நீங்க போயிட்டு வாங்க. நான் நாளையில இருந்து ஜாயின் பண்ணிக்கறேன்'' எனவும் சரி யென்று கிளம்பிவிட்டான்.

கனி அவன் சென்றதும் தூங்கிவிட்டாள். நீண்ட நேர பேருந்து பயணமும் நடை பயணமும் சேர்ந்து. அவளை உடனே உறக்கத்திற்கு அழைத்து சென்றது.

கார்த்திக் கோவிந்தன் வீட்டிற்கு வந்ததும். வர வேற்பு பிரமாதமாய் இருந்தது.

கோவிந்தனின் அம்மா கார்த்திக்கின் மேல் மிகுந்த அன்பு கொண்டவர் அவனுக்கு விரைவில் திருமணம் நடக்கப் போகிறது என்று தெரிந்ததும் அவனது கன்னம் விழித்தார்.

"அந்தப் பொண்ணையும் கூட்டிக்கிட்டு வந்திருக்க வேண்டியது தானே…"

"அவங்க வீட்டுல இருக்கவங்க கூட போன்ல பேசிட்டு இருந்தாங்க… அதான் நான் மட்டும் கிளம்பி வந்துட்டேன்" என்று கனியை மரியாதைப் பன்மை யுடன் அழைத்தான்.

அங்கு உள்ள எழுதப்படாத சட்டம் அப்படி இரு வரும் ஒன்றாக இணைந்த பின்னர். எப்படி வேண்டு மானாலும் அழைத்துக்கொள்ளலாம் என்றாலும் மற்றவர்கள் முன் மரியாதையாகத்தான் பேச வேண்டும்.

அதை புரிந்தவனாய் அவன் பேச, "நானே வந்து மருமகப் பொண்ணை பார்க்கறேன்… வா… போக லாம்… நீயே பார்த்த பொண்ணுன்னா. நல்ல பொண்ணா தான் இருக்கும்" என்றவர் கையோடு கார்த்திக்கை அழைத்துக் கொண்டு கிளம்ப. அன் றைய நாளில் முதல் தடவையாக. தான் சொன்ன பொய்யை நினைத்து பயந்தான்.

அவர்கள் வருவதற்குள் கனி எழுந்து குளித்து முடித்து விட்டு, அங்கிருந்த பூஜை அறையில் விளக் கேற்றி, தோட்டத்தில் இருந்த பூக்களை பறித்து

அழகாக தொடுத்து, கடவுளின் படத்திற்கு போட்டு வணங்கிக் கொண்டிருந்தாள்.

அவர்கள் பூஜை அறைக்கு முன் வந்து நிற்பதைக் கூட அவள் உணரவேயில்லை. அவள் உணரவே யில்லை. அவள் அருகில் வந்து கார்த்திக். அழைக் கவும் தான் நிமிர்ந்தாள்.

''வீட்டுக்குள்ள ஆள் வர்றது கூட தெரியாம. கடவுள்கிட்ட அப்படி என்ன வேண்டிக்கிட்ட'' என்று கேட்கவும்.

''நமக்கு வேண்டியதை கேட்டுட்டு கடவுளை வணங்கறது என்னை பொறுத்த வரைக்கும் ரொம் பவே தப்பான விஷயம் நீயே சரண்-னு சொல்லி, எந்த விதமான சிந்தனைகளையும் கடவுளுக்கும் நமக்கும் இடையில் கொண்டு வராம வணங்குற துக்கு பேர் தான் உண்மையான பக்தி'' எனவும் கண் களிலேயே மெச்சுதலை காட்டினான்.

கோவிந்தனின் அம்மா தாட்சாயிணி என்ன வென்று கேட்கவும், அதை அப்படியே அவருக்கு புரியும்படி சொல்ல, ''எங்க கார்த்திக்கோட தேர்வு. அப்படித்தானே சிறப்பா இருக்கும்'' என்றவர். இப் போது கனிக்கு கன்னம் வழித்தார்.

என்னவென்று தெரியாவிட்டாலும், அவரது காலில் விழுந்து ஆசீர்வாதம் வாங்கினாள்.

பேசிக்கொண்டிருக்கும் போதே. கனி கார்த்திக்கின் பெயரை சொல்லி அவனை ஒருமையில் அழைத்து

விட, அவள் அவனின் பெயரை சொல்லிவிட்டதால், அவளை ''அடுத்தவங்க முன்னாடி கல்யாணம் பண்ணிக்கப் போறவனை மரியாதை இல்லாம பேசக் கூடாது'' என்று சொல்லவும். அவர் ஏதோ கண்டிப் புடன் பேசுகிறார் என்பது வரை புரிந்த கனி, கார்த்திக்கின் முகத்தைப் பார்க்க.

'இதேதடா வம்பு' என்றெண்ணியவன், அவசர மாக,

''தலையை ஆட்டு கனி'' என்றான்.

அவளும் சமர்த்துப் பிள்ளையாக தலையை ஆட்ட, 'இன்னும் எத்தனை நாளைக்கு இப்படி சமாளிக்கணுமோ' என்ற அவனுடைய புலம்பல் மனதிற்குள் அன்றயை நாள் முழுவதும் தொடர்ந்து கொண்டே இருந்தது.

கார்த்திக்கை உண்மையை சொல்லிவிட சொல்லி, கோவிந்த் சொன்ன போதும், ''தேவையே இல்லாம எங்களுக்குள்ள ஒரு உறவை நான் உருவாக்கிக்க விரும்பல... நாங்க ஜஸ்ட் ஒரு அஞ்சு நாளைக்கு பிரண்ட்ஸ். அதுக்குப் பின்ன எங்களுக்குள்ள எந்தவித மான தொடர்பும் இருக்கப் போறதில்ல... தேவையே இல்லாம நான் உண்மையை சொல்லி, அவளுக் குள்ள அப்படியொரு எண்ணத்தை அவசியமாகக் கூட நான் விதைக்க விரும்பல'' என்று கார்த்திக் சொல்ல, அதை கோவிந்தனும் ஏற்றுக்கொண்டான்.

கனியும் எதையும் உணராதவளாக அவனை முழுதாக நம்பி, அவனுடன் தங்கினாள்.

9

இரண்டாவது நாள்:

எந்தவிதமான விசேஷமின்றி, அன்றைய நாள் முழுக்க, சாதாரணமாகவே சென்றது. வேடிக்கை பார்த்து பார்த்து கனிக்கு அலுத்துவிட்டது.

கார்த்திக் அவன் போக்கிற்கு வருகிறவர்கள். போகிறவர்களிடம் பேசிக்கொண்டே இருந்தான்.

யாருமில்லாத தனிமையை கனி உணர்ந்தாள். சிறுவயதிலிருந்து எங்கு சென்றாலும், சகோதரி களுடன் தான் செல்வாள்.

முதல் தடவையாக தனித்து அவளாக வந்த முதல் பயணம். அதுவும், ''எங்க துணையில்லாம நீ தனி யாக இருக்க மாட்ட'' என்று மாதவ் அடித்து சொன்ன தால், அதை பொய்த்துப் போக செய்ய வேண்டு மென்ற குறிக்கோளுடன் பலவிதமான தடங்களையும் மீறி வந்திருந்தாள்.

''தேனையாவது கூட்டிட்டு வந்திருக்கலாம். பேச்சு துணைக்குக் கூட ஆள் இல்லாம பண்ணிட்டாங்க...

அதிலும் இவளுக்கு அரைமணி நேரத்துக்கு ஒரு தடவை மெசேஜ் பண்ணனுமாம். இவ ரீப்ளே பண்ண மாட்டாளாம். அவளுக்கு நிறயை வேலை இருக்கு தாம்... அப்போ எனக்கு மட்டும் வேலை இல்லையா... இங்க வந்ததே பெரிய தப்பு... முதல் வேலையா கிளம்பணும்... அடுத்த முறை இங்க வந்து கல் யாணத்தை பார்த்துக்கலாம்'' என்று வாய்விட்டே புலம்பியவள், கையிலிருந்த நகங்களை கடித்து துப்பிக் கொண்டிருந்தாள்.

''ஏய், என்ன பண்ணிட்டு இருக்க'' என்று அப் போது தான் அவளை கவனித்து கார்த்திக், கேட்க...

''நிலாக்கு கை கால் இருக்கான்னு என் நகத்தைப் பார்த்து ஆராய்ச்சி பண்ணிட்டு இருக்கேன்'' வெடுக் கென்று உரைத்தவள். நகத்தை கடிக்க வாய்க்கு கொண்டு போக, அவள் எதிர்பாராத விதமாக கையில் அடித்துவிட்டான்.

''ஐயோ... வலிக்குது'' என்று அலறவும் தான் வேகமாக அடித்துவிட்டோம் என்றே அவனுக்கு புரிந்தது.

''சாரி கனி.''

''பரவாயில்லை'' என்றவள் கண்ணீரை துடைத்துக் கொண்டு வீட்டுக்குள் செல்ல, மன்னிப்பு வேண்டும் படலத்துக்காக பின்னாடியே போனான்.

''நான் தான் சாரி கேட்கிறேன்... குழந்தைங்க நகத்தை வாயில வைச்சா. இப்படித்தானே அடிப்

பாங்க... அந்த நினைப்புலேயே உன்னை அடிச்சுட்டேன்... சாரி... சாரி'' திரும்ப திரும்ப கேட்டான்.

''விடுங்க கார்த்திக்'' என்று ரூமுக்குள் செல்ல.

''எதுக்காக இப்படி கடிச்சுக்கிட்டே இருக்க'' விடாமல் கேட்டான்.

சொல்லவில்லை என்றால் மறுபடியும் அடித்து விடுவானோ என்று பயந்து தான் போனாள்.

''அது... அது...'' என்று தயக்கம் காட்டினாள்.

''சொல்லணும்னு நினைச்சா சொல்லலாம்.''

''ரொம்ப தனிமையா உணர்ந்தேன்னா மட்டும், என் கை தன்னால வாய்க்கு போயிடும்'' என்று சொல்லிவிட, கார்த்திக்கிற்கு சங்கடமாய் போனது.

''சாரி கனி, உன்னை விட்டுட்டு அவங்க கூட பேசியிருக்கக் கூடாது தான். நீ ஒதுங்கி ஒதுங்கி போனதினால தான். நான் உன்னை கட்டாயப்படுத்தக் கூடாதுன்னு விட்டுட்டேன்.''

''புரியுது... எனக்கு வீட்டுல இருக்கவங்க நினைப்பு வந்துடுச்சு. அதான் அப்படி ஆகிட்டேன். யூ கேரி ஆன்'' என்று சொல்ல, அவன் போகாமல் ரூமுக்குள் சென்று, சில புத்தகங்களை எடுத்து வந்து நீட்டினான்.

புத்தகங்களை புரட்டி பார்த்தவள், கண்ணை விரித்து அவனை முறைத்தவள், ''என்னைப் பார்த்தா சைன்ஸ் பிக்ஷன் படிக்கற அளவுக்கு அதிமேதாவி மாதிரி தெரியுதா'' ஏறத்தாழ மிரட்டினாள்.

''அப்படி தான் தெரிஞ்ச. உனக்கு வேற எதுவோ பிடிக்கும் போலருக்கே... என்ன புல் டைம் ரொமான்ஸ் கதை தான் படிப்பீங்களா?''

''நோ, நோ, குழந்தைங்க எல்லாம் அதை படிக்கக் கூடாதுன்னு எங்க வீட்டுல சொல்லுவாங்க. எனக்கு பிடிச்ச புக்ஸ் எல்லாம் மந்திரக்கோலை சுத்துன உடனே, வானத்துல மரம் முளைச்சு. அது நம்ம பூமியை நோக்கி வந்துட்டு இருக்க மாதிரி மாயஜால கதை தான்... இருக்கா உங்ககிட்ட'' எனவும் சிரிப்பதா அழுவதா என்று தெரியவில்லை.

'நீ குழந்தையா' கேட்க துடித்த மனதை அடக்கி னான்.

''ஹேரிபாட்டர் கதை தான் இருக்கு. அதுல நீ சொல்ற அளவுக்கு எல்லாம் இருக்காது'' என்று பெரிய புத்தகத்தைக் கொண்டு வந்து நீட்ட,

''கொஞ்சம் உங்க மொபைல் டேட்டாவை எனக்கு ட்ரான்ஸ்பர் பண்ணி விட்டீங்கன்னா. நான் என் னோட மொபைல்லேயே புக்ஸ் டவுன்லோட் பண்ணி படிச்சுப்பேன்'' எனவும், இப்போது முறைப்பது அவன் முறையாயிற்று.

''ஏன் இப்படி முறைக்கிறிங்க... நான் பணம் கொடுத்துடறேன். என்கிட்டே பேலன்ஸ் கம்மியா தான் இருக்கு... ரீசார்ஜ் பண்ணலாம்னா, என்னோட அக்கௌண்ட் ஓபேன் ஆக மாட்டேங்குது.''

''ஓ. நோ... நீ வரிசையா காரணத்தை அடுக்கவே வேணாம்... என்னோட போனை பிடி... படிச்சுட்டு மெதுவா கொடு.''

''இப்படி யார் கேட்டாலும் கொடுத்துடுவீங்களா.''

''அதெல்லாம் தெரிஞ்சு நீ என்ன பண்ண போற... சீக்கிரமா படிச்சு முடி... சரியா ஆறு மணிக்கு ரெடியா இரு... இன்னையில இருந்து கல்யாண சடங்கு ஆரம்பமாகுது... கொஞ்சம் குளிர் தாங்குற மாதிரி ட்ரெஸ் போட்டுக்கோ...'' என்றான்.

சரியென்று தலையசைத்தவள் அவன் சொன்ன நேரத்திற்கு தயாராகிவிட, அதே நேரத்தில் கோவிந்தன் வந்து சேர்ந்தான்.

''அண்ணா சூப்பரா இருக்கீங்க'' அவனை பார்த்ததும் கத்தியவள். அவனுக்குப் பின்னே ஒரு பெண் முறைக்க, கார்த்திக்கின் கையை பிடித்துக் கொண்டாள்.

''நா என்ன அவ்வளவு பயங்ரமாவா இருக்கேன்'' கேட்டுக்கொண்டே முன்னே வந்து நின்றது சாந்தரி.

''ஹே... சூப்பர்... நீங்க நல்லா தமிழ் பேசறீங்களே...'' என்று அவளுடன் கனி ஒட்டிக்கொண்டாள்.

கோவிந்தனின் வருங்கால மனைவி அவள். சென்னையில் தான் கோவிந்தனுக்கு வேலை என்பதால், தமிழ் கற்றுக் கொண்டிருந்தாள். கோவிந்தன் கனி தங்குவதற்காக சொல்லியிருக்கும் பொய்யை பற்றி சொல்லியிருந்தான்.

அவனை அடிக்காத குறையாக திட்டியவளை, சமாதானம் செய்வதற்குள் அவனுக்கு போதும் போதுமென்று ஆகிவிட்டது.

''நான் சாந்தரி... இவரை கல்யாணம் செய்றதுக்கு பாவத்தை பண்ணியிருக்க புண்ணியவதி'' என்று கோவிந்தனை பார்வையாலையே எரித்துக்கொண்டு சொல்ல,

''அண்ணா ரொம்ப நல்லவங்க'' என்று பாராட்டுப் பத்திரம் வழங்கினாள்.

''அதை நீ தான் சொல்லிக்கணும். வாயில் இருந்து வர்றது எல்லாம் பொய். முதல்ல அந்த திருட்டு முழி முழிக்கற கண்ணை நோண்டறேன் பாரு'' என்று திட்டிக்கொண்டே இருந்தாள்.

கார்த்திக்கை விடாப்பிடியாக கோவிந்தன் இழுத் துக்கொண்டு முன்னே அவசரமாகப் போனான்.

''எதுக்குடா சிஸ்டர் அப்படி திட்டிட்டு இருக்க றாங்க.''

''வேற ஒண்ணுமில்லடா... சாந்தரி சித்திப் பொண்ணு வந்திருந்துச்சா... இன்னைக்கு ரொம்ப அழகா இருக்கன்னு அவ தங்கச்சிகிட்ட சொன்னேன்... இவ காதில அது விழுந்து தொலைச்சிடுச்சு. போதாக் குறைக்கு நீ சொன்ன பொய்க்கும் நான் துணை போறேன்னு சொல்லி என் காதுல ரத்தத்தை வர வழைக்கிற முயற்சியில் இறங்கிட்டு இருக்கா. முடியல'' ராகமாய் சொன்னவன் நண்பனுடன் பேசிக்கொண்டே ஆற்றங்கரைக்கு சென்றான்.

அவர்களின் பின்னே வந்த சாந்தரியும், கனியும் உடனே அவர்களை நெருங்கிவிட்டார்கள். சாந்தரிக்கு கோவிந்தனை மறைமுகமாக திட்ட ஆள் கிடைத்து விட்ட சந்தோஷம். அவளது வீட்டில் இருப்பவர் களிடம் அப்படி பேசினால், அடி வெளுத்து வாங்கி விடுவார்கள்.

இப்போது கனியிடம் பேசினால் அவர்களுக்கு புரியாதில்லையா!!

''தமிழ் வாழ்க. தமிழர்கள் வாழ்க'' என்று கும் பிட்டுவிட்டு, கனியுடன் பேச்சை தொடர்ந்தாள்.

மறந்தும், கார்த்திக்குடன் உனக்கு என்ன உறவு என்று அவள் கேட்கவில்லை.

ஆற்றங்கரைக்கு அவர்கள் வரும் போது பல ஜோடிகள் அங்கே நின்றிருந்தனர்.

கடவுளுக்கு சில சடங்குகளை செய்த பின்னர். படகுகளில் அனைவரும் ஏறிக்கொண்டனர். கார்த் திக்கும் கனியும் உடன் இருந்ததால், கோவிந்தனின் குடும்பத்தார் தனியான படகில் வர, இவர்கள் நால்வரும் ஒரு படகில் ஏறிக்கொண்டனர்.

சிறிது தூரம் சென்றதும், கனி கேமராவை எடுத்து வீடியோ எடுக்க முயற்சிக்க, ''நீ இப்படி எழுந்து நின்னு தொந்தரவு பண்ணேன்னா, மொத்தமா கேம ராவை தூக்கி தண்ணீல போட்டுடுவேன்...'' என்று மிரட்டினான்.

"ரொம்பத்தான் மிரட்டறான் சாந்தரி" என்று அவள் காதுக்குள் ரகசியம் பேசியவள். அவனிடம் நல்ல பிள்ளையாய் "சரி கார்த்திக்" என்றாள்.

அவன் நம்பாமல் கேமராவை எடுக்க முயற்சிக்கவும், "அதுல நிறைய முக்கியமான விஷயம் இருக்கு... அடுத்தவங்களுக்கு கொடுக்க மாட்டேன்" என்றதும் கார்த்திக்கின் மனம் சட்டென்று வாடிப் போனது அது ஏனென்று அவனுக்கு தெரியவில்லை.

அவன் முகத்தை கண்டவள் எதையும் யோசிக்காமல், அவனிடம் கேமராவை கொடுத்து விட்டு சாந்தரியிடம் பேச்சுக் கொடுக்க துவங்கிவிட்டாள்.

"என்னடா நடக்குது இங்க" கோவிந்தன் அவர்களை செயலை மனதில் வைத்துக் கேட்க.

"இப்போதைக்கு எதுவுமே நடக்கல... அதனால நீ கொஞ்சம் அமைதியாவே வா" என்று எரிந்து விழுந்தான்.

"பக்கத்துல பொண்ணு இருந்தா. இந்த பசங்களே இப்படித்தான்" என்று அவனுடைய மொழியில் புலம்பவும்.

சாந்தரி முந்திக் கொண்டு, "நீயே அப்படித்தான் இருக்க. மத்தவங்களை குறை சொல்லாத" என்றதும் அடங்கிப் போனான்.

என்னவென்று புரியாவிட்டாலும், கோவிந்தனின் செயல்கள் கனிக்கு சிரிப்பை வரவழைத்தன. அவர்களின் செல்ல சண்டைகளை அவள் ரசித்துப் பார்க்க,

அவளை அழைத்த கார்த்திக் தன் அருகில் இருத்திக் கொண்டு சுற்றியுள்ள ஊர்களை பற்றி சொல்ல ஆரம்பித்தான்.

பேச்சு சுவாரசியத்தில் சாந்தரியும், கோவிந்தனும் சமாதானம் ஆகிக்கொண்டதோ நெருங்கி அமர்ந்து கொண்டதோ கனிக்கு தெரியவில்லை. கார்த்திக்கும் அவர்களை மறந்தும் திரும்பி பார்க்கவில்லை.

கரையை நெருங்கவும் சமர்த்துப் பிள்ளையாக கோவிந்தன் கார்த்திக்கின் அருகில் வந்து அமர்ந்து கொண்டான்.

பெண்கள் முன்னே செல்ல, அவர்களின் பின்னே ஆண்கள் சென்றார்கள்.

பெரியவர்கள் அனைவரும் கோவிலுக்கு செல்ல, திருமணம் நிச்சயிக்கப்பட்ட பெண்கள் கோவிலுக்கு பின்னே இருக்கும் அருவியில் நீராடிவிட்டு வர, அவர்கள் வந்த பின்பு ஆண்கள் நீராடிவிட்டு வந்தனர்.

ஜோடிகளை அமர வைத்து, அவர்கள் கையில் மஞ்சளை கொடுக்க, பெண் அந்த மஞ்சளை ஆணின் கையில் கொடுக்க ஆண்மகன் தன் கையில் இருக்கும் மஞ்சளுடன் அதை கலந்து, அதில் பாதியை மீண்டும் அந்த பெண்ணுக்கே கொடுத்தான்.

பூஜைகள் முடிந்த பின்பு பெண்கள் மீண்டும் அருவிக்கு சென்று நீராடிவிட்டு கையிலிருந்த மஞ்சளை அருவியில் கரைத்து விட்டு வந்தார்கள்.

அதே போல் ஆண்களும் செய்து வர, அன்றைய சடங்கு முடிய நள்ளிரவை தாண்டியது.

மஞ்சளுக்கு இருக்கும் மகிமை இந்த உலகில் வேறு பொருளுக்கு இல்லை என்பதால், மஞ்சளை தெய்வம் தந்த பரிசாக நினைத்து கையில் வைத்திருந்து, சிறிது நேரத்தில், ''என்னுடைய பொருளை உனக்கே கொடுத்து விட்டேன். பாதுகாப்பது இனி உன்னுடைய கடமை'' என்று தெய்வத்தின் மேல் பாரத்தை போட்டுவிட்டு வந்து விடுவார்கள்.

இதை கார்த்திக் கனிக்கு விளக்கமாக சொல்லிக் கொண்டிருந்தான். கோவிலுக்குள் போட்டோ எடுக்கவே கூடாது என்று உத்தரவு பிறப்பிக்கப்பட்டிருந்ததால், அவள் அதை எடுக்கவில்லை.

மீண்டும் படகில் ஏறி வீட்டுக்கு வரும் போது, சாந்தரியின் முகம் அழகில் ஜொலிக்கவே செய்தது. ஏறத்தாழ திருமணம் முடிந்து விட்ட நிலை. நீயும் நானும் ஒன்றென்று மஞ்சளை பகிர்ந்துகொண்ட போது ஏற்பட்ட உணர்வு மற்ற சந்தோஷங்களை மீறிய ஒன்றாக இருந்தது.

போகும் போது சீண்டிக்கொண்டே வந்த கோவிந்தும் அமைதியாக வந்தான். மாறாக இந்த முறை கனி அவர்களை சீண்டிக்கொண்டே வர, கார்த்திக் அமைதியாக பார்த்துக் கொண்டு வந்தான்.

அவன் மனதில் பலவிதமான எண்ணங்கள்... சலனங்கள் சாந்தரியிடம் பேசியதற்கே மனதில்

பொறாமை உணர்வு ஏற்பட்டு, சுற்றிக் காமிக்கிறேன் என்று தனியாக அழைத்து அவளை தன்னுடன் அமர்த்திக்கொள்ள காரணம் என்ன!!

சிந்திக்க, சிந்திக்க தான் ஏதோ தவறு செய்வது போலவே உணர்ந்தான். ஒரே நாளில் ஒரு பெண்ணின் அருகில் என் மனம் சலனம் அடைந்து விட்டதா... அவளிடம் அப்படி சிறப்பாக சொல்வதற்கு ஒன்றும் இருப்பதாக தெரியவில்லையே என்று யோசித்தவன், அப்போது தான் அவளை முழுவதுமாக பார்க்கவே ஆரம்பித்தான்.

அதில் அவனுக்கு தெளிவு பிறந்தது.

உடல் சார்ந்த கவர்ச்சி இல்லை என்று உணர்ந்த பின்பு, பார்வை தடுமாறியதை அவன் உணராமல் இல்லை. சட்டென்று குனிந்து நிலவு வெளிச்சத்தில் தெரியும் நீரின் சலனங்களை பார்க்க ஆரம்பித்தான்.

''ஆத்துல எதுவும் தேவதைங்க தெரியாறங்களா கார்த்திக்'' அவனிடம் கிண்டலாக கேட்டு விட்டு, அவளும் நீரை பார்க்க... எதையும் யோசிக்காமல், ''அப்படி தெரியற மாதிரி தான் இருக்கு'' என்று அவளின் முகம் நீரில் கலங்கம் இல்லாமல் தெரிவதை பார்த்து சொன்னான்.

அவன் அப்படி சொன்ன போது... அவன் வசம் அவன் இல்லை. தொலைந்து போயிருந்தான்.

அப்போது தான் கரைக்கு வந்து விட்ட பின்னும் இறங்காமல் இருப்பது புரிய மனதை சமன்படுத்தும் வழி புரியாமல் அமைதியாகவே வந்தான்.

10

மூன்றாவது நாள்.

இரவு முழுவதும் தூங்காமல், 'நான் ஏன் அப்படி எல்லாம் யோசிச்சேன்' என்பதையே திரும்ப திரும்ப நினைவில் கொண்டு வந்து யோசித்துக் கொண் டிருந்தான்.

அதனால் விடியும் நேரம் தூங்கிவிட, அதிகாலை அவனை எழுப்பிவிட வேண்டுமென்றே கனி கத்தினாள்.

''கார்த்திக்'' படபடவென்று கதவை தட்ட, அவசர மாக என்னவோ, ஏதோ என்று தூக்கக் கலக்கத் திலேயே கதவை திறந்தான்.

''என்ன ஆச்சு'' பதட்டமாய் அவன் கேட்க, அவள் அவனை விட பதட்டமான குரலில், ''இங்க ட்ரெஸ் எங்க வாஷ் பண்றது'' என்று கேட்டாள்.

''ரிலாக்ஸ்... இதுக்கா இவ்வளவு பதட்டம். சாந்தரிகிட்ட கேளு. அவங்களே சொல்லுவாங்க. அதை விட, இன்னும் ரெண்டு நாள் தானே. உன் னோட வீட்டுல போய் வாஷ் பண்ணிக்கோ.''

''உன்ன மாதிரி அழுக்கு மூட்டையை கட்டிக் கிட்டு என்னால ஊருக்கு போக முடியாது'' என்றதும் விழித்தான்.

'இதென்ன மரியாதை இல்லாம பேசறா. என் மனசில இருக்கதை நைட் உளறிட்டானா' பதட்டத் துடன் அவளை பார்க்க, அவள் கண்களோ தூரத்தில் நின்று வேடிக்கை பார்த்துக் கொண்டிருந்த சாந்தரி மற்றும் கோவிந்தனை பார்த்துக் கொண்டிருந்தது.

கார்த்திக் சுயநினைவுக்கு வந்து அவர்களை உள்ளே வரவேற்க கோவிந்தனோ அமைதியாக இருக்காமல் கார்த்திக்கின் காதில், ''உன்னோட கேர்ள் பிரண்ட் உனக்கு ட்ரெஸ் வாஷ் பண்ணி தரமாட் டாளா'' என்று மெதுவாகத்தான் கேட்டான்.

அது அவள் காதில் விழுந்து விட்டது.

''ஏன் பண்ணமாட்டேனா... என்னோட அப்பாவும், அண்ணனும் இங்க இருந்தா பண்ணியிருப்பேன். தானே. அப்போ என்னோட பிரண்ட்டுக்கும் தாராளமா வாஷ் பண்ணி கொடுப்பேன்...'' பட்டென்று சொன் னாள்.

திகைத்து நின்ற கோவிந்தன், சற்று நேரத்தில் சாந்தரியை முறைக்க ஆரம்பித்தான்.

''பிரண்ட்டுக்கே அந்த பொண்ணு வேலை செய்து தர்றேன்னு சொல்லுது. ஆனா நீ. எல்லாமே நான் தான் பண்ணனும்னு எனக்கு முன்னாடியே ஆர்டர் போட் டுட்ட'' கடுப்புடன் சொன்னான்.

"இப்போ உங்களுக்கு என்ன கார்த்திக்கும் அவரோட ட்ரெஸ் அவரே துவைக்கணும். அவ்வளவு தானே அவரே எல்லாம் பண்ணிக்குவார்... நீங்களும் எங்களோட வாங்க கார்த்திக். நான் இடத்தை காமிக்கறேன்" என்றாள்.

"என்ன... என்னை வைச்சு எல்லாரும் காமெடி பண்றீங்களா. நான் ஊருக்கு போய் எல்லாத்தையும் பார்த்துக்கறேன். அழுக்கு மூட்டையை தூக்கிட்டுப் போகக் கூடாதுன்னா. சிம்பிளா தூக்கி எறிஞ்சுட்டு போய்க்கறேன். என்னால எல்லாம் உங்க விளையாட்டுக்கு வர முடியாது" என்று சொல்லிவிட்டான்.

அதற்கு பின் சாந்தரியுடன் கிளம்ப, துணைக்கு வருகிறேன் என்று அவனும் கிளம்பி வந்தான்.

தனக்கு வேலை செய்ய தயங்காத கனியை நினைத்து உள்ளுக்குள் இன்னும் பலவீனமாய் போவதை உணர்ந்தான்.

அவள் உணர்ந்து தான் சொல்கிறாளா... இல்லையா என்பதே அவனுக்கு சந்தேகம் தான்.

கோவிந்தன் தான் கொஞ்சம் அதிகமாக பேசிவிட்டோம் என்ற நிலையில் சாந்தரியின் காலில் விழாத குறையாக கெஞ்சிக்கொண்டே அவளின் பின்னாடியே சென்றான்.

சற்று பின் தங்கிய கனி, "ஏன் கார்த்திக். நம்ம ஊர்ல கல்யாணம் நிச்சயம் பண்ணிட்டா. இப்படி நேர்ல பேசவே விடமாட்டேங்களே. இங்க என்ன...

ரெண்டு பேரும் ஒண்ணா சுத்திட்டு இருக்காங்க'' சந்தேகம் கேட்டாள்.

''இதுல உனக்கு எதுவும் கவலையா'' என பதில் கேள்வி கேட்கவும், இல்லையென்று தலையாட்டி விட்டு முன்னே சென்றவர்களுடன் சேர்ந்து கொண் டாள்.

''கோவிந்தா அண்ணா... உங்களுக்கு ஒரு விஷ யம் சொல்லட்டுமா'' பீடிகையுடன் ஆரம்பித்தாள்.

''சொல்லுங்க சிஸ்டர்.''

''பொண்ணுங்களுக்கு எப்ப பார்த்தாலும் சிரிச்சுக் கிட்டே இருக்க பசங்களை விட, 'இவன் எப்போ தான் சிரிப்பான்'ன்னு நினைச்சு வைக்கிற பசங்களை ரொம்பப் பிடிக்கும். அதை விட்டுட்டு எப்போ பார்த் தாலும் ஜொள்ளு விட்டுட்டு பின்னாடியே போனா, பொண்ணுங்க ரொம்ப ஈசியா நினைச்சுடுவாங்க'' என்றதும் சாந்தரி அவள் தலையில் குட்டினாள்.

''இது தான் சமயம்னு வேதாளம் முருங்கை மரம் ஏறிடும் உனக்கு விறைப்பாக இருக்க ஆளை விட. அசடு மாதிரி இருக்க ஆளை தான் பிடிக்கும்'' என்றவுடன் காலரை தூக்கிவிட்டுக்கொண்டான்.

''அப்போ கார்த்திக்கை யாருக்குமே பிடிக்காதே'' வேண்டுமென்றே போட்டு வாங்கினான் கோவிந்தன்.

''ஏன் அப்படி சொல்றீங்க... கார்த்திக் எவ்வளவு நல்லவரு... வல்லவரு... ஒரே ஒரு எலுமிச்சை ஜூஸ்

கொடுத்த காரணத்துக்காக எனக்கு எவ்வளவு ஹெல்ப் பண்ணிட்டு இருக்கார் தெரியுமா. இப்போக் கூட என்னோட பேகை அவர் தான் தூக்கிட்டு வர்றார்'' என்றதும் தன் கார்த்திக் தன் கையில் பேக் இருப்பதையே உணர்ந்தான்.

'இவ என்னை ஏதோ பண்ணிட்டா' நொந்து கொள்வதா, சந்தோஷம் கொள்வதா என்று தான் புரியவில்லை.

அவன் நிலையை உணர்ந்து நமுட்டு சிரிப்பு சிரித்த கோவிந்த், ''அப்போ அவன் அவ்வளவு இரக்ககுணம் படைச்சவன்னு சொல்றியா'' வேண்டு மென்றே கேட்டான்.

''இல்லையா... பின்ன... தெரியாத பொண்ணுக் காக எவ்வளவு ஹெல்ப் பண்றார். ரொம்ப பிரிண்ட்லி டைப். அவரை கல்யாணம் பண்ணிக்கப் போற பொண்ணுக்கிட்ட நானே அவரை பத்தி எடுத்து சொல்லுவேன்'' மனதில் உள்ளதை அப்படியே சொன் னாள்.

அதற்கு மேல் ஏதோ சொல்ல வந்த கோவிந்தை கண்ணாலேயே மிரட்டி அடக்கினான்.

நேற்று இரவு வந்திருந்த அதே ஆற்றங்கரைக்கு வந்திருந்தனர்.

''இன்னும் அந்தக் காலத்துல செய்ற மாதிரியே பண்ணிட்டு இருக்காங்க கார்த்திக். இங்க துவைக் கிறதினால, தண்ணில பொல்யூஷன் கலக்காதா.''

''அதை தெரிஞ்சுக்கிட்டு நீ என்ன பண்ணப் போற.''

''உனக்கு பதில் தெரியலன்ன உடனே, ஒரே டயலாகை திருப்பி திருப்பி சொல்லாத'' என்றவள் சாந்தரியுடன் சென்று விட, ஆண்களும் இருவரும் மரத்தின் பின்னே அமர்ந்திருந்தனர்.

துணி துவைக்கிறேன் என்று காரணம் சொல்லிக் கொண்டு வேண்டுமென்றே தான் ஆற்றுக்கு வந் திருந்தாள் கனி.

''எங்க ஊர்ல வெறும் மணல் தான் இருக்கு. இங்க தான் தண்ணீர் இருக்கு. ஸ்விம் பண்ணியே ஆக ணும்'' என்றவள் அவசரமாக துணியை துவைத்து விட்டு ஆற்றுக்குள் இறங்கிவிட்டாள்.

கரையில் அமர்ந்து வேடிக்கை பார்த்த சாந்தரி. நீண்ட நேரம் அவள் வெளியே வராததைக் கண்டு ''கனி'' என்று கத்த ஆரம்பித்தாள்.

அவளது அலறல் கேட்டு, கார்த்திக்கும் கோவிந் தனும் வந்து விட, அவர்களை விட பெரிதாக கத்திக் கொண்டு நீரிலிருந்து கையை நீட்டினாள்.

கார்த்திக் அவசரமாக நீரில் இறங்க முயற்சிக்க, மின்னல் வேகத்தில் நீந்தி வந்தவள். அதை விட வேகமாக நீந்தி பாதி தூரம் வந்திருந்த கார்த்திக்கை விடாப்பிடியாக இழுத்துக் கொண்டு கரைக்கு வந்தாள்.

நீரை விட்டு வெளியே வந்ததும் அவள் உடம்பு நடுங்க ஆரம்பிக்க, எதையும் உணராமல் கார்த்திக்கின் பின் நின்று, அவனது தோள் பின்னே மறைந்து நின்று கொண்டாள்.

''என்ன ஆச்சுமா'' கனிவுடன் கேட்டான் கார்த்திக்.

''எதுவோ... என்னை உள்ள இழுத்தது கார்த்திக். காலை கூட கடிச்சு வைச்சுடுச்சு'' நடுக்கம் குறையாமல் அவனது தோளை இறுக பற்றியவள் மறந்தும் முன் வரவில்லை.

தேகம் படபடத்துக் கொண்டிருந்தது. நிதானத்துக்கு வர முடியவில்லை.

தன்னிலை பற்றியெல்லாம் அவள் அதிகமாய் யோசிக்கவில்லை. பாதுகாப்புக்கு அவனது தோள் மட்டுமே போதுமென்ற நினைவுடன் பிடித்திருந்தாள். அவ்வளவே...

எதிரில் இருந்த மற்றவர்கள் எல்லாம் அவளது கண்ணுக்கு தெரியவேயில்லை. சாந்தரி அவசரமாக துண்டை எடுத்துக் கொண்டு வந்து, அவளது தலையில் வைக்க, திடீரென்று கோவிந்தன் சிரிக்க ஆரம்பித்தான்.

என்னவென்று புரியாமல் மூன்று பேரும் அவனை பார்க்க, அவனோ ''கனி சிஸ்டர். உங்களை கடிச்ச எதுவோ ஒண்ணு. கரை ஒதுங்கிடுச்சு பாருங்க'' என்று கேலியாக சொன்னான்.

ராட்சத மீன் ஒன்று கரையில் செத்துக்கிடந்தது.

அதன் அருகில் சென்று தொட்டுப் பார்த்து உறுதி செய்த கோவிந்தன், ''இந்த மீன் ரொம்ப கொடூர மானது. பொதுவா கடல்ல தான் இருக்கும். அதிசயமா இங்க இருந்திருக்குது. ஆனால் பாருங்க சிஸ்டர். உங்களை கடிச்சு. அது செத்துப் போச்சே'' மீண்டும் கேலி செய்தான்.

மற்ற இருவரும் சிரிக்க, அவளால் அதில் கலந்து கொள்ள முடியவில்லை.

திரும்பி வீட்டுக்கு செல்லும் வரை அமைதியா கவே இருந்தாள்.

உயிர் போய் திரும்பி வந்திருக்கிறது என்பதால் வந்த அமைதி என்று மற்றவர்கள் நினைத்துக் கொண் டார்கள்.

கார்த்திக் கூட அமைதியாகத்தான் வந்தான்.

அவளது அலறல் சத்தம்... அவள் நீந்தி வந்த வேகம்... அவனை கண்டதும் பதற்றம் தணிந்து நொடியில் மீண்டும் பதற்றத்தை சுமந்து விட்ட முகம்...

அவனை கண்டவுடன் எதையும் விளக்காமல், அவனையும் காப்பாற்றும் முயற்சியுடன் கிட்டத் தட்ட அவனை இழுக்காத குறையாக கரைக்கு நீந்தி வந்த அவளது செயல்.

கரைக்கு வந்தவுடன், அருகில் ஓர் பெண் இருப் பதை கூட உணராமல் தன் பின்னே மறைந்த

செயல்... என்று மொத்தமாய் அவளைப் பற்றி தான் நினைத்துக் கொண்டிருந்தான்.

அவளது அலறல் சத்தம் கேட்கும் வரை, தன்னை நம்பி வந்தவளிடம் இப்படிப்பட்ட உணர்வுகளை வளரவிடுவது தவறென்று நினைத்தவன், நொடியில் ஒட்டுமொத்தமாக தன்னுடைய முடிவை மாற்றிக் கொண்டான்.

கோவிந்தனை அழைத்து, டாக்டரை அழுத்து வர சொல்லி, அவசரத்துக்கு இன்ஜெக்ஷன் போட சொன் னான்.

கடித்தது விஷமாகிவிட்டால் என்னவென்று பதட்டம் அவனுக்கு!

அதையெல்லாம் அவள் உணரவேயில்லை. இயந் திரத்தனமாக அவன் செய்யும் செயலை பார்த்துக் கொண்டிருந்தாள்.

சாந்தரி இரவு வேளையில் மனமே இல்லாமல் விடைபெற, கோவிந்தனும் சென்று விட்டான்.

அவளது அறையில் மாத்திரை கொடுத்து விட்டு தன்னறைக்கு வந்துவிட்டான் கார்த்திக்.

எப்போதும் உடனே கதவை அடைத்துக்கொள் ளும் கனி, அன்று கதவை அடைத்துக்கொள்ள வில்லை.

மாறாக சற்று நேரத்தில் கார்த்திக்கின் அறையின் முன் நின்றாள்.

தூங்காமல் இருந்தவன் பதறி எழுந்து வர, ''நான் ஹால்ல படுத்துக்கட்டுமா'' என்று கேட்டாள்.

பயந்து போய் இருக்கிறாள் என்று அவனுக்கு தெளிவாக புரிந்தது.

சோபாவில் அவளை அமர வைத்து, என்னவென்று கேட்க, ''நான் தான் அந்த மீனை கொன்னுட்டனா'' கேட்கும் போதே அழுதுவிட்டாள்.

அவனுக்கு சிரிப்பு வந்த அதே நேரத்தில் மனம் கனத்துப் போனது.

சிறுபிள்ளையாகவே இன்னும் இருக்கிறாள் என்று எண்ணியவன், அவளது அழுகையை போக்கும் விதமாக அவள் அருகில் அமர்ந்து கையை பிடித்துக் கொண்டான்.

''இங்க பாரு கனி. அந்த மீன் இறந்ததினால் யாருக்கும் எந்த கஷ்டமும் இல்ல. உன்னால அது இறந்திருக்க வாய்ப்பே இல்ல... புரிஞ்சதா'' என்று சொல்லவும் அழுகையை நிறுத்தினாள்.

அப்போதும் அவள் சாமாதானமடையவில்லை என்பதை உணர்ந்தவன், ''புராணக் கதையில் கேட் டுருக்கியா. இந்த மாதிரியான ராட்சச விலங்குகள் மக்களை தொந்தரவு பண்ணாம இருக்க, கடவுளே அவதாரம் எடுத்து வந்து, சிக்கல்ல மாட்டி, அந்த விலங்குகளை கொல்லுவாங்களாம். இல்லைன்னா தேவதைங்களை தூதுவரா அனுப்பி, அந்த விலங்

குக்கு சாப விமோசனம் கொடுப்பாங்களாம்... அப்போ நீ யாரு'' என்று குழந்தைக்கு கதை சொல்வதை போல எடுத்து சொல்ல சிரித்து விட்டாள்.

''நான் தேவதையா... இந்த ஊர் மக்களை காப்பாத்தி யிருக்கனா... பொய்னு அறிவுக்கு எட்டினாலும், நீங்க சொன்ன கதை மனசுக்கு சந்தோஷத்தை கொடுக்குது. தேங்க்ஸ் கார்த்திக்'' என்றாள்.

'' அதே மாதிரி தான். உன்னால இறந்துடுச் சோன்னு நினைத்து, ரொம்ப நல்ல பொண்ணு மாதிரி கவலைப்படாம, நிம்மதியா தூங்கு. ஆனாலும் உன்னோட வேகம்... அந்த நேரத்தில் தேவதை மாதிரி தான் இருந்தது. உன்னை காப்பாத்த வந்தது நான். ஆனால் நான் தான் மாட்டிக்கிட்ட மாதிரி, கிட்டத் தட்ட என்னோட முடியை பிடிச்சு இழுத்துட்டு வந் தியே... மறக்க முடியுமா'' கேட்டு விட்டு மென்மை யாக சிரித்தான்.

சிறிது நேரம் அதே போல் பேசி, அவளை சமா தானம் செய்ய, சோபாவிலையே தூங்கிவிட்டாள்.

பேச ஆரம்பித்த போது, அவன் பிடித்த கை அவள் தூங்கிவிட்ட பின்பும் அவனுக்குள் தான் இருந்தது.

காலம் முழுக்க உன் கையை இனி விடேன் என்று உறுதி எடுத்துக் கொண்டு, தன்னுடைய கையை விலக்கி சோபாவின் கீழே அமர்ந்து கொண்டான்.

மனதில் இருந்த குழப்பங்கள் விலகி, அமைதி யடைந்து விட்ட நொடியிலேயே, தன்னுடைய எண்ணத்தால் சொல்ல நினைத்தான்.

ஒரே நாளில் அவளுக்கு நிறைய அதிர்ச்சி கொடுக்க வேண்டாமென்று அமைதிகாத்தான்.

11

நான்காவது நாள்.

அன்றைய விடியல் அனைவருக்குமே புதுவித மான சந்தோஷத்தை கொடுத்தது.

மறுநாள் விடிந்தால் திருமணம் கிட்டத்தட்ட நாற்பது ஜோடிக்கு மேல் திருமணத்திற்கு தயாராக இருந்தனர். அத்தனை வீட்டிலும் திருமண கொண் டாட்டங்கள்...

ஆடல் பாடல் என்று அன்றைய நாள் முழுவதுமே உற்சாகமாக கழிந்தது. பெரிதாக சடங்கு என்று எதையும் செய்யவில்லை.

இரவு நேரத்தில் மட்டும் பெண்கள் தங்களது வீட்டில் விளக்கு ஏற்றி வைத்து, நள்ளிரவு வேளை வரை விழித்திருந்தார்கள்.

சாந்தரியின் கூடவே கனியும் சுற்றிக் கொண் டிருந்தாள். ஒவ்வொரு நிகழ்வுக்கான காரணத்தையும் அவள் விளக்கிக்கொண்டே இருக்க, கனி கவனமாக குறிப்பெடுத்துக் கொண்டாள்.

அவர்களது உடையையும் மறக்காமல் குறித்துக் கொண்டாள்.

நள்ளிரவு வரை உறங்க கூடாது என்பதால், அவர்களை விழித்திருக்க வைப்பதற்காகவே, பிடித்தவர்களுக்கு உடை எடுத்துக் கொடுக்க வேண்டும் என்று சொல்லி, இரவு நேரத்தில் துணிக்கடைக்காரரை அழைத்து வந்திருக்க, அனைவரும் விருப்பத்துடன் எடுக்க, கனிக்கும் சாந்தரி எடுத்துக் கொடுத்தாள்.

மறுக்காமல் வாங்கிக் கொடுத்த கனி, அவர்களுக்கும் எடுத்து கொடுத்து விட்டு, கார்த்திக்கிற்கு கொடுக்கலாம் என்று துணி வகைகளை ஆராய்ந்தாள்.

''ஒண்ணு கூட நல்லா இல்ல சாந்தரி... கார்த்திக்கு முதல் தடவையா ஒரு கிப்ட் கொடுக்கலாம்னு நினைக்கிறேன்'' கவலையுடன் சொன்னவளை, அதை விட கவலையாக சாந்தரி பார்த்தாள்.

'அண்ணாக்கு இவள் மேல காதல் இருக்கு. இவளுக்கு மட்டும் தெரிஞ்சா, இவ்வளவு ஆர்வமா வாங்கி கொடுக்க நினைப்பாளா.'

கனியோ கிட்டதட்ட அழும் நிலையில் இருந்தாள்.

சாந்தரிக்கோ இப்போது, இவளும் காதலிக்கிறாளோ என்ற சந்தேகம் வந்துவிட்டது.

அவளின் நிலையை உணர்ந்து, ''சின்ன குழந்தை மாதிரி, பிடிச்சது இல்லைன்னு சொல்லி அழறதை

நிறுத்து. பிடிச்சவங்களுக்கு கண்டிப்பா ஏதாவது கொடுக்கணும்னு நினைக்கற தானே அப்போ அதோட நிறத்தையும் வேலைப்பாட்டையும் பார்க் காத. இப்போ நீ இதை கொண்டு போய் கொடுத்தா கார்த்திக் அண்ணா சந்தோஷப்படுவாங்க... புரியுதா'' குழந்தைக்கு எடுத்து சொல்வது போல, அவள் புரிய வைக்க,

''அப்போ நான் உடனே போய் அவன் கிட்ட கொடுக்கறேன்'' என்று இருப்பதிலேயே சுமாரான ஒரு ஷர்ட்டை தேர்வு செய்து, அவனுக்கு கொடுப்ப தற்காக விரைந்து சென்றாள்.

சாந்தரியிடம் மறுநாள் திருமண சடங்கு எப்படி இருக்கும் என்று கேட்க நினைத்தவள், மறந்து விட்டு கார்த்திக்கை மட்டும் நினைவில் கொண்டு சென்று, அவன் முன்னே மூச்சு வாங்கியபடி நின்று, கையில் இருந்த ஷர்ட்டை கொடுத்தாள்.

''யாருக்கு இது'' உள்ளுக்குள் எழுந்த உற்சாகத்தை மறைத்து கேட்டான்.

''உனக்கு தான்... இதை விட பெட்டரா ஒண்ணு கூட கிடைக்கல. நான் நம்ம ஊருக்கு வந்த உடனே, பெஸ்ட்டா ஒண்ணு வாங்கிக்கொடுக்கறேன்'' என்று சமாதானம் வேறு சொன்னாள்.

இது போதாதா அவனுக்கு. பிடித்தவர்களுக்கு மட்டுமே கொடுக்கும் பரிசு. அதுவும் தான் விரும்பும் பெண் தனக்காக தெரிந்தெடுத்த பரிசு... இனிக்காமல் கசக்குமா என்ன!!

"நான் உனக்கு ஒண்ணுமே கொடுக்கலையே."

"பரவாயில்லை. நானே எனக்கு வேண்டியதை உன்கிட்ட கேட்டு வாங்கிக்குவேன். நான் முதல் முறையா கேட்கறதை நீ மறுக்கவே கூடாது" விளை யாட்டுக்கு சொல்லப்பட்ட வார்த்தைகள் தான் என்றாலும், அதை அவன் மிகவும் சீரியசாக எடுத்துக் கொண்டு நடைமுறைப்படுத்துவான் என்று தெரிந் திருந்தால் சொல்லியிருக்க மாட்டாளோ!!

இருவரும் பேசிக்கொண்டு இருந்ததில் பொழுது போவதே தெரியாமல் இருக்க, ஒரு மணிக்கு தான் இருவரும் தூங்கவே சென்றனர்.

✱ ✱ ✱

ஐந்தாவது நாள்:

இன்று திருமணம் என்பதால், கார்த்திக் முதல் ஆளாக கிளம்பிவிட, கனி அறைக்கதவை திறக் காமல் இருந்ததால் போய் தட்டினான்.

அவளுக்கோ அப்போது தான் விழிப்பு தட்டியது.

மிகவும் சிரமப்பட்டு கண்ணை கசக்கிவிட்டு, அவள் கதவை திறக்க, "இன்னும் நீ கிளம்பலையா" ஆச்சர்யத்துடன் இன்னும் இரவு உடையிலேயே அவள் இருப்பதை உணர்ந்து, கண்ணை வேறுபுறம் உடனே திருப்பி அவளிடம் கேட்க, அவளோ அவனின் பார்வையின் கள்ளத்தனத்தை உணராதவளாய்...

"எட்டு மணிக்கு தானே... மெதுவா போகலாம்" என்றாள்.

"கல்யாணம் என்ன, வீட்டுலேன்னு நினைச்சியா... நீ முதல்ல கிளம்பி வா... ஓடு... ஓடு" என்று விரட்டினான்.

அவளுக்கு அவசரம் புரிந்தாலும், குளித்து, கிளம்பி வர நேரமாகிவிட்டது.

புடவையில் வந்தவளின் அழகை ரசிக்கக் கூட நேரமில்லாமல் அவசரமாக அவளை அழைத்துக் கொண்டு கோவிந்தனின் வீட்டுக்கு வந்தான்.

அவர்கள் வருவதற்கு முன் அத்தனை பேரும் கிளம்பிப் போய்விட்டார்கள்.

கோவிந்தனுக்கு நிச்சயமாக கார்த்திக்கின் நினைவு அன்று இல்லவே இல்லை. அவனுக்கு மட்டு மில்லை... மணமகனை சூழ்ந்த உறவினருக்கு கூட அடுத்தவர்களை பற்றிய சிந்தனை அன்றைய நாளில் இருக்கவே இருக்காது என்பதே நிதர்சனம்.

திருமண சடங்கு அப்படி!!

ஒன்றில் தவறினாலும் அத்தனை பேரின் முன் னாலும் மானம் போய்விடும். அப்படியொரு நிலை மையில் கோவிந்தனுக்கு நண்பனின் நினைவு வந்திருந்தால் தான் ஆச்சர்யம்...

அங்கிருந்த கல்லில் அமர்ந்த கார்த்திக். "எல்லா ருமே போயிட்டாங்க. இனி நாம போயும் ஒண்ணும் ஆக போறதில்ல. வந்த உடனே பார்த்துக்கலாம்" பொறுமையாகவே சொன்னான்.

"அதெப்படி... நான் பார்த்தே ஆகணும். இவ்வளவு தூரம் நான் வந்ததுக்கு அர்த்தமே இல்லாம போயிடும் கார்த்திக். நீ ஏதாவது பண்ணேன்... ப்ளீஸ்" பிடிவாத மாய் ஆரம்பித்து, கெஞ்சலில் ஆரம்பிக்க... முதல் முறையாய் அவள் ஆசைப்பட்டு கேட்டது... நேற்று கொடுத்தே ஆக வேண்டும் என்று கட்டளையிட் டாளே...

அவனால் மறுக்க முடியுமா...!!

இப்படித்தான் நடக்க வேண்டுமென்று இறைவன் ஆணையிட்டிருந்தால், மறுத்து செய்வதில் பல னில்லை.

தனக்குள்ளே ஆயிரம் சமாதானம் செய்து கொண் டவன். அப்போதும் "கல்யாணம் நடக்கற இடத்துக்கு போறதுக்கு ரெண்டு வழி இருக்கு. ஒரு வழி போனா, ரொம்ப லேட் ஆகும்... ரெண்டாவது வழி குறுக்கு வழி, சீக்கிரம் போயிடலாம். ஆனா கொஞ்சம் ரிஸ்க் எடுக்கணும்" என்று முடிவை மறைமுகமாக அவளிடமே கொடுத்தான்.

"எதுவும் மிருகங்கள் நடமாட்டம் எல்லாம் இருக்குமா" பயத்துடன் கேட்கவே செய்தாள்.

"அப்படியெல்லாம் எதுவும் இருக்காது. நீயும் நானும் மட்டும் தான் இருப்போம்னு நினைக்கிறேன். இந்த வழில நீ என் கூட வரணும்னா, முழுக்க முழுக்க என் மேல உனக்கு நம்பிக்கை இருக்கணும்" பீடிகை போட்டான்.

உள்ளர்த்தத்தை ஆராயக் கூட அவன் மேல் சந்தேகம் இருக்க வேண்டும். அவளுக்கு தான் அப்படி இல்லையே...

''அப்போ அதுலேயே போகலாம்'' என்று சொல்ல, அவளை அழைத்துக்கொண்டு சென்றான்.

அவன் சென்ற பாதையில் இரண்டு பக்கம் மட்டும் சுவர் எழுப்பப்பட்டிருந்தது.

ஆளில்லா சாலை போல் அது காட்சியளிக்க சற்று மிரட்சியுடனே அவனுடன் சென்றாள்.

சற்று தூரம் வந்ததும் ஒரு இடத்தில் குழி இருந்தது. அதில் முழுக்க முழுக்க கழிவு நீர் நிரப்பப் பட்டிருந்தது.

''இதை தாண்டணும். உன்னால முடியுமா?''

''அதெப்படி முடியும்'' எதிர்கேள்வி கேட்டாள்.

''நான் இதை முதல்ல தாண்டிட்டு, உனக்கு கை கொடுக்கறேன்... நீ வா'' என்றவன் குழியை தாண்டி விட்டு அவளுக்கு கை கொடுக்க, பயந்துகொண்டே என்றாலும் கண்ணை மூடிக் கொண்டே அவனது கையை பிடித்தவள் அவளை அறியாமலேயே, அவனது வலதுகாலில் தனது வலது காலை வைத் திருந்தாள்.

திருமண சடங்குக்கான முதல் படி இதுவே. வாழ்க்கை கலங்கிய நீராக இருந்தாலும், ஒருவரை நம்பி இன்னொருவர் கைகொடுத்து, தங்களின் வலது

காலில் இன்னொருவரை ஆதரவாக தாங்கிக்கொள்ள வேண்டும்.

அடுத்து சிறிது தூரத்தில் புதைமணல் இருந்தது. இரண்டடி என்றாலும் தப்பித்தவறி காலை உள்ளே வைத்து விட்டால், காப்பாற்ற இன்னொருவரால் மட்டுமே முடியும்.

இவ்வளவு தூரம் சாதாரணமாக இருந்த பாதை, இப்போது மணலாக இருப்பதை கண்டாவது அவள் மனம் துணுக்குற்றிருக்க வேண்டும்.

இவை எல்லாம் நம்மூர் சாலைகளின் நிலைமை தானே... அதனால் அவள் பொருட்படுத்தவே யில்லை.

அவன் அதை தாண்டி, கை கொடுக்க அவளும் தாண்டிவிட்டாள்.

மீள முடியாத ஆழத்தில் சிக்கிக்கொண்டாலும், அவளுக்கு துணையாக நான் வருவேன். அவளுக் காகவாவது நான் மீண்டும் வருவேன் - இரண்டாவது சடங்கில் கார்த்திக் உறுதி எடுத்துக்கொண்டான்.

அடுத்த சிறு இடைவெளியில் ரோஜாக்கள் வழியில் குவிக்கப்பட்டிருக்க, ''இங்க ஏன் இப்படி கொட்டி வைச்சிருக்காங்க'' கேள்வி கேட்டாள்.

''கோவில்ல போய் சொல்றேன். இப்போ முதல்ல நட'' என்று பூவில் நடக்க வைத்தான்.

ரோஜா இதழ்கள் மட்டும் இருந்தால், பட்டுப் போலத்தான் இருக்கும். அதில் ரோஜாவின் முட் களும் இருந்தன.

''பூவை மிதிக்கிறது ரொம்ப தப்பு'' சொல்லிக் கொண்டவள் மெதுவாக பாதம் பட, புடவையை தூக்கிக் கொண்டு நடக்க, எவ்வளவு தான் பார்த்து பார்த்து நடந்தாலும், முள் இருவரின் காலிலும் குத்தியே விட்டது. இரத்தமும் வந்து விட்டது.

சில துளிகள் ரத்தம் என்றாலும், அவள் அதிகமாக கத்த ஆரம்பிக்க, ''கத்தாதே'' என்று அவள் காலில் சிக்கியிருந்த ரோஜாவை பிடுங்கி எறிந்து விட்டு, அவனது காலில் இருந்ததையும் எடுத்து எறிந்தான்.

அதற்கு அருகிலேயே வாய்க்கால் போல இருக்க, ''இதுல இறங்கி காலை நல்லா கழுவு. இரத்தம் நின்னுடும்'' என்று சொல்லவும் மறக்காமல் இறங்கி கழுவினாள்.

அவனும் கழுவிக் கொள்ள, இருவரது இரத்த துளிகளும் ஒன்றாய் நீரில் கலந்து சென்றது.

ரோஜா முட்கள் அவர்களது பாவத்தை தன்னுடைய முட்களால் போக்க, நீரோ இருவரது பாவங்களையும் ஒன்றாக கழுவி, எல்லாவற்றிலும் நாங்கள் ஒன்றாய் இருப்போம் என்று உணர்த்தி, அவர்களது காலை ஒன்றாய் கழுவியது.

அவள் கழுவிவிட்டு நிமிரவும், ''சூரியனை இந்த நேரத்தில் வணங்கினா ரொம்ப நல்லது'' என்றான்.

அவளும் அவன் சொல்படியே வணங்கிவிட்டு அவனை பார்க்க, ''பக்கத்தில தான் கோவில். உள்ள

போயிடலாம்'' என்று அவளை அழைத்துக்கொண்டு போனான்.

திருமணம் முடிந்த நிலை.

மற்றவற்றை அவளிடம் காதலை சொன்ன பிறகு, நடத்திக்கொள்ளலாம் என்று அவன் நினைத்திருக்க, அவன் வந்த பாதையை பார்த்து விட்ட தாட்சாயிணி நொடியும் தாமதிக்காமல் அவர்கள் இருவரையும் அழைத்துக் கொண்டு கோவிலின் முன் சென்று, மல்லிகை மலரை எடுத்து அவனது இடது கையை யும், அவளது வலது கையையும் பிணைக்க, அப்போது தான் நடப்பது என்னவென்று கனிக்கு புரிந்தது.

மல்லிகையின் மகத்துவத்தை பற்றி முன்பொரு நாளே விளக்கியிருந்தானே...

ஆத்திரத்தில் முகம் சிவக்க, அவள் கத்த போகும் வேளையில் இவர்களை கண்ட சாந்தரி யாரையும் பொருட்படுத்தாமல் ஓடி வந்து, கனியின் கையை பிடித்து, சூழ்நிலையை தனதாக்கிக் கொண்டாள்.

''கத்தாதே கனி. அவங்க சொல்றதையெல்லாம் தயவு செய்து பண்ணு. இல்லைன்னா விருப்பம் இல்லாத பொண்ணை கார்த்திக் கட்டாயப்படுத்தி யிருக்கார்னு சொல்லி, அவரை அடிச்சே கொன்னுடு வாங்க. நிலைமையோட தீவிரத்தை புரிஞ்சுக்க.''

அவள் சொல்வது உண்மை என்பதை கனியால் புரிந்து கொள்ள முடிந்தது.

''இவனுக்காக நான் ஏன் என் வாழ்க்கையை இப்படி அமைச்சுக்கணும்'' அடிக்குரலில் அவள் கேட்டது கார்த்திக்கிற்கு தெளிவாக தான் கேட்டது.

அதையெல்லாம் அவன் பொருட்படுத்தவே இல்லை. அவர்கள் கையில் இருந்த மல்லிகையை நன்றாக கட்டிக்கொண்டிருந்தான்.

''அண்ணாவை மட்டுமில்ல. உங்களை ஒண்ணா தங்க வைச்சதுக்காக, கோவிந்துக்கும் தண்டனை கொடுத்துடுவாங்க. புரிஞ்சுக்கோ கனி...'' அழாத குறையாக அவள் சத்தத்தை குறைத்து கெஞ்ச, கனி மனதே இல்லாமல் அவர்கள் கொடுத்த சந்தனத்தை எடுத்து, அவனது நெற்றியில் வைத்து விட்டாள்.

அவன் குங்குமத்தை நெற்றியில் வைக்க முயல பிறர் அறியாமல் அவள் தன் கையில் எடுத்து வகிட்டில் வைத்துக்கொண்டாள்.

அதில் அவனுக்கு கஷ்டமாய் இருந்தாலும், அவ ளுடன் சேர்ந்து அங்கிருப்பவர்களிடம் ஆசீர்வாதம் வாங்கினான்.

அனைவரும் கிளம்பி வீட்டிற்கு வர, கோவிந்த னாலும், சாந்தரியாலும் அவர்களுடன் செல்ல இயலாத நிலை. அன்று தான் கடைசியாக அவர்கள் கனியை பார்த்தது.

வீட்டிற்கு வந்த கனி, அவனிடம் காரணம் கேட்க வில்லை. அவசரமாக தன்னுடைய பேகை தயார் செய்து கிளம்பினாள்.

"நான் ஏன் இப்படி பண்ணேன்னு கேட்க மாட்டியா."

"நீ யாருன்னே எனக்கு தெரியாது. நீ என்ன பண்ணி இருந்தாலும் எனக்கு அதனால ஒண்ணுமே இல்ல. முதல்ல வழிய விடு."

"நீ என்னோட மனைவி. அப்படியெல்லாம் உன்னை விட முடியாது" அதிகாரம் பறந்தது அவனிடத்தில்...

"சடங்கை மட்டும் அடிப்படையா வைச்சு. நீ பண்ணதுக்கு நான் பொறுப்பாகவே முடியாது. இனி என்னோட வாழ்க்கைல நான் உன்னை எங்கேயும் சந்திக்க விரும்பவேயில்லை" என்ற போது கூட...

"கல்யாணத்தை பார்த்தே ஆகணும்னு அடம் பிடிச்சது நீ தானே. நான் டெமோ காட்ட வழியில்லாம, லைவாவே உனக்கு கல்யாண நிகழ்வு எப்படி இருக்கும்னு காமிச்சேன்" இதில் தவறேதுமில்லை என்ற ரீதியில் அவன் பேச, கண்ணை மூடி நிதானித்தவள்.

"இது தான் உனக்கு லாஸ்ட் வார்னிங் கார்த்திக்... இதுக்கு மேல என்னை உன்னோட எதுலேயும் சம்பந்தப்படுத்தி நீ பேசவே கூடாது. எந்த காரணத்தை காட்டியும் நீ என்னை சந்திக்க வரவே கூடாது. எனக்கு தான் இது பொம்மை கல்யாணம்... நீ தெரிஞ்சு தானே பண்ண... அப்போ அதை மதிக்கிறதா இருந்தா. இனி என்னை தொந்தரவு பண்ணாதே" என்று சொல்லி விட்டு புறப்பட்டு விட்டாள்.

அவளுக்கு தெரியாமல் அவளை மணம் செய்து கொண்டதில் அவனுக்கு இம்மியளவு கூட வருத்தமில்லை.

அவள் முதல் முறையாக தன்னிடம் ஒன்று கேட்டாள். அதை கொடுப்பது என் கடமை. அவள் மறுத்தாலும் ஏற்றாலும் கவலையில்லை... இப்போது அவள் என்னிடம் சேர்ந்தே ஆக வேண்டிய அவசரமும் இல்லை... காதலிக்கலாம்... இன்னும் சில ஆண்டுகள்... மனதில் நினைத்தவனாய் உற்சாகத்தோடு ஊருக்கு வந்தான்.

அதன் பின் அந்த உற்சாகம் குறைந்து விட்டது. அவளை சந்திக்கும் வாய்ப்பை அவன் ஏற்படுத்திக்கொள்ள... அதாவது தானாக எல்லாம் நடப்பது போல ஒரு மாயையை அவன் உருவாக்க இரண்டு ஆண்டு காலம் ஆனது.

அவள் அவனை விட்டு விலக முடியாத சூழலில் அவளை பிணைக்க, அன்புச்செல்வனுக்கும் மணிமொழிக்கும் முடிச்சு போட்டான்.

அப்போதும் அவள் அவன் வசம் வரவில்லை. அவனே அவளை வேண்டாமென்று சொல்ல வைத்து விட்டாள்.

12

அன்பு - மணிமொழியின் திருமணத்துக்கு முந்திய தினமே ரிசப்ஷன் வைக்க, ஏற்பாடு செய்யப்பட்டிருந்தது.

அனைவருக்கும் மிகுந்த சந்தோஷம் என்றாலும், கூடவே வருத்தமும் இருந்தது.

அன்புக்கு ரிசப்ஷன் மேடையில் நிற்பது, தோ தீயில் நிற்பது போன்ற உணர்வை ஒவ்வொரு நிமிட மும் கொடுத்தது.

அண்ணனுக்கு முன் திருமணத்துக்கு நிச்சயம் செய்து விட்டு வந்த போது, வராத வலி இப்போது அவனைக் கண்டதும் பிறந்தது.

தம்பிக்காக அனைத்து வேலைகளையும் பார்த்து பார்த்து செய்தான். எதிலும் குறை வைக்கவில்லை. இதிலே அவனுக்கு குற்ற உணர்ச்சி வந்து விட்டது.

அழகு தேவதையாக அருகில் இருப்பவளுடன் ஆயிரம் கதை பேச நினைத்திருந்த வார்த்தைகள் எல்லாம் மறந்து போயின.

பேருக்கு வந்தவர்களிடம் சிரித்துப் பேசிக்கொண் டிருந்தான்.

அவனது சீண்டல் பேச்சுக்களையும் மயக்கும் புன் னகையும் எதிர்பார்த்த மணிக்கு ஏமாற்றமாக இருந் தாலும், அவன் அண்ணனை பற்றி நினைத்து சவலை கொண்டது மனதிற்கு ஆறுதலையே தந்தது.

தன்னுடைய மணவாளன் சுயநலவாதி இல்லை...!!

அதனால் அனைத்தையும் பொறுத்துக்கொண்டாள்.

கனியை யாரும் கண்டுகொள்ளவில்லை. சொல் பேச்சு கேட்கவில்லை என்பது ஒரு புறமிருக்க,

"கார்த்திக்கோட வாழ்க்கை இப்படி கெட்டுப்போன துக்கு காரணம் நீ தான்" சொல்லிவிட்டு சென்ற தேனின் வார்த்தைகள் காதில் ரீங்காரமாய் ஒலித்துக் கொண்டே இருந்தது.

மிகவும் தனிமையாகவும் சோர்வாகவும் உணர்ந் தாள். யாரிடமும் சொல்லாமல் மண்டபத்தை விட்டு வெளியேறியவள், இரண்டு மணி நேரம் கழித்தே வந்தாள்.

அப்போதும் கூட அவளை, "எங்கே போயிருந்த" என்று யாரும் கேட்காமல் இருக்க, திருமண அலைச் சலில் அவர்கள் கண்டுகொள்ளவில்லை என்று உணர்ந்தாலும், தடுமாறி கொண்டிருக்கும் மனதிற்கு மிகுந்த வேதனையை கொடுத்தது.

தேனின் போனிற்கு ஒரு மெசேஜ் அனுப்பிவிட்டு, அவளுக்கென்று ஒதுக்கப்பட்டிருந்த ஹோட்டல் அறையில் போய் படுத்துக்கொண்டாள்.

அழுகை எல்லாம் வரவில்லை. ஏதோ தப்பு செய்துவிட்டோம் என்ற குற்ற உணர்ச்சி அவளை விடாமல் அலைக்கழித்துக் கொண்டிருந்தது.

"அண்ணாவுக்கு கூட இன்னைக்கு என் கூட பேசணும்னு தோணலை. அவனோட ஆளை கண்டதும் மத்தது கண்ணுக்கு தெரியாம போயிடுச்சு" மாதவையும் திட்டிக் கொண்டு படுத்தவள், அப்படியே தூங்கிவிட்டாள்.

ஆதவன் தன் கரம் கொண்டு நிலவு மகளை மூடி மறைக்க, இனிதாய் புலர்ந்த காலை பொழுதை சத்யா வந்து கதவை தட்டிய போது தான் உணர்ந்தாள்.

''இன்னுமா தூங்கிட்டு இருக்க. உன்னையெல் லாம் என்ன பண்றதுன்னே தெரியல.. போய் குளி'' என்று அவளை துரத்திவிட்டவர், அடுத்த பத்து நிமிடத்தில் வெளியே வந்தவளிடம் அவசரமாக புடவையை கொடுத்தார்.

''நீயே கட்டிவிடும்மா'' செல்லம் கொஞ்சிய மகளை அப்படியே விட்டு செல்ல மனமில்லாமல், கட்டி விட்டு அவளை தயார் செய்து விட்டு தான் மற்ற பெண்களின் அறைக்கே சென்றார்.

அவர் சென்ற போது, மணி தயாராகி இருக்க, தேனும் அவளுக்கு ஈடாக தன்னை அலங்கரித்திருந் தாள்.

''நீ ஏண்டி, இப்படி கல்யாண பொண்ணு மாதிரி அலங்கரிச்சுட்டு இருக்க...'' என்று தேனை பார்த்து கேட்டவர், ''அங்க நான் கனிக்கு சின்னதா ஒரு செயின் தான் போட்டு விட்டு வந்தேன்... அவளுக்கு நான் இன்னும் கொஞ்சம் நகை போட்டு விட்டு வர் றேன்'' என்று கிளம்பியவரை தடுத்தாள் தேன்மொழி.

''அவளே பார்த்துக்குவாம்மா... மணியை கவனி'' என்ற போதும் கூட,

''என் மூணு பொண்ணுங்களும், எப்பவும் ஒரே மாதிரி தான் இருக்கணும். நான் போய் அவளுக்கு

கொடுத்துட்டு வர்றேன்'' என்று அவசரமாக கனியின் அறைக்கு சென்றார்.

அவளோ அவர் கொடுத்த நகைகளை எடுத்து அப்படியே லாக்கரில் போட்டு விட்டாள்.

முறைத்த சத்யாவிடம், ''மனசே சரியில்லம்மா... எனக்கு நானே பாரமா இருக்கேன். இதுல இந்த நகை வேற பாரமா இருக்க வேண்டாம்'' என்ற கனியை, அமர வைத்தவர், நேரம் செல்வதையும் பொருட் படுத்தாமல்,

''உன்னோட மனசுக்கு எது சரின்னு படுதோ அதை செய் கனி. அடுத்தவங்க என்ன சொல்லுவாங்க அப்படின்னு நினைச்சு செய்யாத. உன்னோட மன நிம்மதி தான் முக்கியம். நீ என்ன முடிவு எடுத்தாலும், அம்மாவும் அப்பாவும் எப்பவும் கூட இருப்போம். தெளிவா முடிவு எட'' என்றதும் கொஞ்சம் தெளிந் தாள்.

''நகையை போடற தானே.''

''வேண்டாம்மா... எனக்கு இது தான் பிடிச்சிருக்கு'' என்றவள், சத்யாவை மேலும் பேச விடாமல் இழுத்துக் கொண்டு வந்தாள்.

அனைவரும் திருமண மண்டபத்திற்கு வந்து விட்டனர்.

பிரம்மாண்டமாக அந்த திருமண மண்டபத்தை அலங்கரித்திருந்தார்கள்.

விடிய விடிய கார்த்திக் தூங்கவில்லை என்பதை அவனது கண்களை பார்த்தாலே புரிந்துகொள்ள முடியும். வேலையை பொறுப்பாக ஒரு ஆளிடம் கொடுத்து விட்டாலும், இவனும் தானாக ஏதாவது வேலை செய்துகொண்டே இருந்தான்.

அனைவரும் வரத் தொடங்கி பின்னர், ரேவதி வந்து விரட்டவும் தான் அறைக்கு சென்று தயாராகி வந்தான்.

ரேவதிக்கும், கைலாசத்துக்கும் மிகுந்த வேதனை யாக இருந்தது. வெளியே காட்டிக்கொள்ளவில்லை.

அவ்வப்போது விருந்தினர்கள் கேட்கும் கேள் விக்கு பதில் சொல்ல சிரமப்பட்டு விட்டார்கள்.

''அண்ணன் இருக்கும் போதே தம்பிக்கு ஏன் பண் ணுறீங்க... அவனுக்கு என்ன ஆச்சு'' ஒரே கேள் வியை மாற்றி மாற்றி கேட்டு பலர் சங்கடப்படுத்தி விட்டனர்.

கார்த்திக்கை நோக்கியும் இந்த கேள்விகள் படை யெடுக்க சமாளிப்பாக பதில் கொடுத்து விட்டு, மண்டபத்திற்கு எதிர்புறத்தில் இருந்த கோயில் பிரகாரத்தில் வந்து அமர்ந்து கொண்டான்.

அய்யர் மந்திரம் சொல்லிக் கொண்டிருக்க, அன்பு அவர் சொல்வதை செய்து கொண்டிருந்தாலும், நொடிக்கு ஒரு முறை அண்ணன் இருக்கும் இடத்தை பார்த்துக்கொண்டே இருந்தான்.

கார்த்திக் தனியாக இருப்பதை உணர்ந்து, கோவிந் தனை அனுப்பினான்.

அவனும் சாந்தரியும் திருமணத்திற்கு வந்திருந் தனர். அவனோடு இன்னும் சில நண்பர்களையும் உடன் அழைத்து அவன் அருகே போய் பேச்சுக் கொடுக்க, அவர்கள் கார்த்திக்கை ஜாலிக்காக கலாய்த்துக் கொண்டிருந்தனர்.

அப்போது அவனை தேடி வந்த, அவனுடைய பேமிலி டாக்டர், மற்றவர்கள் கேட்ட அதே கேள் வியை மருத்துவம் சார்ந்த கேள்வியாக கேட்க. எவ்வளவோ முயன்றும் கார்த்திக்கால் முகமாறுதலை தவிர்க்க முடியவில்லை.

கோவிந்தனோ அவனை முந்திக் கொண்டு, ''என்ன அங்கிள் இப்படி கேட்கறீங்க'' சண்டைக்கு அவ்ன் தயாராக வலுக்கட்டாயமாக கார்த்திக் அவனது கையை பிடித்து நிறுத்திய வேளையில், அவனது தோளோடு தோள் உரச, கையை அழுத்தி பிடித்து கோர்த்துக்கொண்டு, அவனோடு ஒட்டிக்கொண்டாள் ஓர் பெண்.

வேறு யாருமில்லை கனி தான்!!

அருகில் யார் இருக்கிறார்கள் என்பதையெல்லாம் பொருட்படுத்தாமல், ''நாங்க பேமிலி பிளானிங்ல இருக்கோம் டாக்டர்'' என்றவள், ''அப்படி தானே கவி'' என்று அவனை செல்லமாக அழைக்க வேறு செய்தாள்.

அதிர்ந்து போனது டாக்டர் மட்டுமல்ல. கார்த் திக்கும் தான்!!

''நீ எனக்கு வேண்டவே வேண்டாம்'' என்று சொன்னவள், இப்போது இப்படி சொன்னால்!!

மறுக்க தோன்றாமல் அவனும் அவளது தோளை அணைத்துக் கொண்டு, ''என்னோட வைப் அங்கிள்'' என்று அவருக்கு அறிமுகப்படுத்தி வைத்தான்.

''இது உன் வீட்டுக்கு தெரியுமா'' ஏடாகூடமாக அவர் கேட்க.

''தெரியாம எப்படி இருக்கும்'' என்று எதிர்கேள்வி கேட்க, சமாளிப்பாக பதில் சொன்னவர் நகர்ந்துவிட் டார்.

அப்படியே நகரப்போன கனியை விடாமல் பிடித்தது கார்த்திக் என்று நினைத்தால், அது தவறு.

தாலியை கடவுள் முன் வைத்து எடுக்க வந்த ரேவதி, மகனை டாக்டர் இப்படி கேட்டுவிட்டாரே என்று நொந்து போயிருந்தவர், கனியின் பேச்சை கேட்ட உடனே நொடியில் முடிவெடுத்து விட்டார்.

''கோவிந்த் கண்ணா... கொஞ்சம் சிரமம் பார்க்காம ரெண்டு மாலை வாங்கிவிட்டு வா'' என்று விரட்டி னார்.

உற்சாகத்தில் மறுபேச்சு பேசாமல் ஓடியவன். அடுத்த ஐந்து நிமிடத்தில் இரண்டு ரோஜா மாலை களோடும், மஞ்சளை வைத்து கட்டிய தாலியோடும் வந்திருந்தான்.

அந்த ஐந்து நிமிடமும் கனிக்கு மறுத்துப் பேச நா எழவில்லை.

அவனை யார் என்ன பேசினால் என்ன என்று அவளால் ஒதுக்க முடியவில்லை. விட்டு விலகவும் முடியவில்லை.

''அவனோட சோர்ந்து போன முகத்துக்கு நான் தான் காரணம். எல்லாரும் எப்படி கேட்கறதுக்கு நான் தான் காரணம்...'' குற்ற உணர்ச்சியில் தவித்து போனவள், ''நான் முடிவு எடுத்தே ஆகணும்'' என்று தீவிரமாக யோசித்து தான் அவர்கள் முன்னே வந் தாள்.

அதுவரை அவளும் கோவில் பின்பக்கமாக அமர்ந் திருந்தாள். கார்த்திக்கின் பேச்சுக்கேட்டும் வெளியே வரவில்லை.

இப்போது ரேவதி சொன்ன வார்த்தை அவளை தயங்காமல் முடிவெடுக்க வைத்தது.

''நீ அவனை விட்டு விலக நினைச்சாலும், பிரிய நினைக்கல...'' என்று ஒரு நொடி அவள் உள்வாங்கிக் கொள்ள இடைவெளி கொடுத்தவர் தொடர்ந்தார்.

''அவனை யார் என்ன சொன்னாலும், உன்னால தாங்கிக்க முடியல. கோவிந்த் வர்றதுக்கு இன்னும் மூணு நிமிஷம் இருக்கு. நீயே முடிவெடு'' என்று என்னவோ மூன்று நாட்கள் யோசிக்க நேரம் கொடுப்பது போல கொடுக்க, அவரது மருமகளோ

அவரையும் மிஞ்சி, இரண்டு நிமிடத்தை மிச்சப் படுத்தி, ஒரு நொடியிலேயே சம்மதத்தை தெரிவித்து விட்டாள்.

கார்த்திக் என்ன நடந்தாலும் நடக்கட்டும் என்று நின்று கொண்டிருந்தான். அவளுடன் கனவிலும் நினைவிலும் போராடி, தோற்றுப் போன நிலையில் தான் இருந்தான்.

அவளாக வந்து சம்மதம் சொன்ன போது, மறுத்துப் பேசியோ, அவளுக்கு ஆதரவாக ஆர்வத்தை காட்டிப் பேசியோ காரியத்தை கெடுத்துக் கொள்ள அவன் விரும்பவில்லை.

கோவிந்த் அவசரத்திற்கு ரோஜா மாலையை வாங்கி வந்திருக்க, அவர் கொடுத்த மஞ்சள் கயிற்றில் மஞ் சளை வைத்து கட்டிய ரேவதி, ''கோவிந்த் கண்ணா... அப்படியே சத்தம் வராம போய், அப்பாவையும், கனியோட அம்மா அப்பாவையும் கூட்டிட்டு வந்துடு'' என்று சொல்ல, மின்னல் வேகத்தில் அவன் ஓடி வந்து, அவர்களிடம் எதையும் சொல்லாமல் அழைத்து வந்து விட்டான்.

அவர்கள் பதட்டமாக செல்வதை கண்டு மாதவும், தேனும் அவர்கள் பின்னாடியே வர, அப்படியே கொஞ்சம் கொஞ்சமாக உறவினர்களும் அவர்கள் பின்னாடியே வந்துவிட, திருமண மண்டபத்தில் மிச்சமிருந்தது. அய்யரும் திருமண ஜோடியும் மட்டும் தான்.

அய்யர் போகவா வேண்டாமா என்று யோசித்துக் கொண்டிருக்கும் போதே, மாலையை கழட்டிப் போட்டு விட்டு மணமக்கள் அவர்கள் இருவரும் கூட்டத்தை முந்திக் கொண்டு உள்ளே வர கனி கார்த்திக்கின் கழுத்தில் மாலை அணிவித்தாள்.

கார்த்திக் அவளுக்கு மாலை அணிவித்து, கழுத்தில் மங்கள நாணை கட்ட, அனைவருக்கும் நிம்மதி பெருமூச்சு எழுந்தது.

''முகூர்த்த நேரம் முடிய போகுது'' என்று கூட்டத்தில் நுழைய முடியாமல் அய்யர் குரல் கொடுக்க, அவசரமாக அனைவரும் முந்தியடித்துக் கொண்டே மீண்டும் மறுபடியும் மண்டபத்திற்குள் வந்தனர்.

கார்த்திக் தான் முன்பு சொன்ன படி, அவனது மனைவியின் அருகில் நின்று கொண்டு தம்பியின் திருமணத்தை ஆனந்தத்துடன் பார்த்தான்... அந்த ஆனந்தத்தையும் வெளிக்காட்டிக்கொள்ளவில்லை.

இப்போது தான் அன்பின் முகம் பிரகாசமாக இருக்க, அய்யர் கொடுத்த பொருளை ஹோமத்தில் எட்டி போடும் சாக்கில், அவனை நெருங்கி அமர்ந்த மணிமொழி, ''என்ன அய்யாவுக்கு, பல்ப் போட்ட மாதிரி பிரகாசமா எரியுது'' வேண்டுமென்றே சீண்டினாள்.

''இருக்காதா பின்னே'' கேள்வி கேட்டவன், அதே மகிழ்ச்சியுடன் அவளுக்கு தாலியை கட்ட, இனிதாக இரு ஜோடிகளின் திருமண வாழ்க்கை உதயமானது அங்கே...

13

திருமணம் முடிந்ததும், பெண்ணின் வீட்டிற்கு சம்பிரதாயமாக சென்று விட்டு, மாப்பிள்ளை வீட்டுக்கு வந்துவிட்டனர்.

இரு ஜோடிகளுக்கும் ஆரத்தி எடுத்து வரவேற்றார்கள். அந்த நிகழ்வோடு கார்த்திக் தங்களுக்கான சடங்கை முடித்துக் கொண்டான்.

கைலாசம் மனைவியின் முகத்தை பார்க்க, ரேவதியோ அவருக்கு ஆறுதலை சொல்லிவிட்டு, ''எங்களுக்காக இதையெல்லாம் செய் கார்த்திக்'' அன்பாக கேட்ட போதும் அவன் ஒத்துக்கொள்ளவில்லை.

''அம்மா... எங்களுக்கு ஒண்ணும் புதுசா கல்யாணம் ஆகல. அவங்களை மட்டும் கவனிங்க. எனக்கு வேலை இருக்கு. நான் போய் பார்க்கறேன்...'' என்று உறுதியாக கூறிவிட்டு கனியிடம்,

''நீ இங்க இருந்து எல்லாம் பார்த்துக்க'' என்று சொல்லிவிட்டு அறைக்குள் சென்றவன் உடையை மாற்றிக்கொண்டு மீட்டிங்கிற்கு கிளம்பிவிட்டான்.

சம்பந்தி வீட்டார்களை சங்கடமாக ரேவதி பார்க்க, அவர்களுக்கு என்ன செய்வதென்றே தெரியவில்லை.

அவசரப்பட்டு கார்த்திக்கின் முடிவிற்கு ஆதரவாக இருந்து விட்டோமோ என்று நினைக்காமல் இருக்க முடியவில்லை.

அன்பும் இதெல்லாம் வேண்டாம் என்று சொல்லி கொண்டிருக்கும் போதே, அவன் முன்னே தட்டை நீட்டினாள் கனி.

''எடுத்துக்கங்க... அண்ணி சொன்னா கேட்கமாட் டீங்களா'' புன்னகையுடன் அவள் கேட்க, மறுக்காமல் எடுத்துக் கொண்டான்.

ராஜனுக்கும் சத்யாவுக்கும் கொள்ளை சந்தோஷம். அதற்குள் அவர்களது செல்ல மகள் பொறுப்பான மருமகளாகி விட்டாளே!!

தேனிற்கு தான் இதை நம்ப முடியவில்லை. உடனே அண்ணன் கையை கிள்ள அவன், ''ஏண் டாம்மா கில்லற'' என்று அலறிய பின் தான் உண்மை என்றே நம்பினாள்.

''பிடிக்கலை... பிடிக்கலைன்னு சொல்லிட்டே இவ்வளவு சீக்கிரமா கல்யாணம் பண்ணிக்கிட்டு. இப்போ உடனே வீட்டு வேலை பார்க்கவும் கிளம் பிட்டா பாரேண்டா அண்ணா. இவ்வளவு வருஷமா கூட இருக்கேன். என்னால இன்னும் அவளை சரியா கணிக்க முடில... உனக்கு எதுவும் தெரியுது'' மாத வனுக்கு மட்டும் கேட்கும் குரலில் சொன்னாள்.

''எனக்குமே ஒண்ணும் புரியலை. ரிசப்ஷனுக்கு கனியை கூட்டிட்டு வர எவ்வளவு சிரமப்பட்டோம்.

அங்க கார்த்திக் இருப்பான்... நான் வரமாட்டேன்னு எல்லாம் சொல்லிட்டு, இப்போ பாப்பா என்ன பண்ணிட்டு இருக்கு...'' அவனும் தன் பங்கிற்கு சந்தேகத்தை எழுப்பினான்.

திருமணத்தை நிறுத்த முயற்சி செய்வேன் என்றெல்லாம் கார்த்திக்கிடம் சவால் விட்டு வந்த கனி அப்படி எதுவுமே செய்யவில்லை.

மிரட்டிவிட்டு வந்தது அவளுக்கே நினைவில்லை. அவளது நினைவில் இருந்தது எல்லாம்... இனி கார்த்திக்குடன் தன் உறவு எப்படி இருக்கும் என்பது மட்டும் தான்.

அதிலும் அவன் தூங்காமல் வேலை செய்து, தன்னையே வருத்திக்கொள்வது அவளது காதுக்கு எட்டிய அன்றிலிருந்து அவளுக்கு எதுவுமே ஓடவில்லை.

அவன் வருந்துவதற்கு தான் தான் காரணம் என்று குற்ற உணர்ச்சியில் தவித்துப் போனவள், இப்போதும் அவனை மணம் செய்து கொண்டதற்கு முழு காரணமும் அவளது சுயநலமே...

கார்த்திக்கிற்காக தன் மனமே. தனக்கு எதிராக செயல்படுவதை நன்றாக உணர்ந்திருந்தாள்.

இதற்கு மேல் அடம்பித்துக் கொண்டிருந்தால், தான் பைத்தியமாகிவிடுவோம் என்று அவளுக்கே தெரிந்து போனது.

மணம் முடிந்த பின்பு தான் நிம்மதியாக இருக் கிறாள்... ஆனால் இனி அவன் விரும்பும் செயல்களை செய்ய முடியாமல் மேலும் குற்ற உணர்ச்சியை அதிகரித்துக்கொள்ள போகிறோம் என்று அவளுக்கு தெரியவில்லை.

மணியை தனியாக ஒரு அறைக்கு அழைத்து செல்ல, கனி எந்த விதமான தயக்கமும் இல்லாமல் கார்த்திக்கின் அறைக்குள் நுழைந்து தான் தங்கு வதற்கு ஏற்றத போல் மாற்றிக் கொண்டிருந்தாள்.

அவனது அறையை ஒட்டியே உடைமாற்றும் அறையும் இன்னொரு படுக்கையறையும் இருந்தது.

'அவனுக்கே அவனோட வாழ்க்கை இப்படி தான் இருக்கும்னு முன்னாடியே தெரிஞ்சிருக்கு. அது தான் ரெண்டு ரூம் கட்டி வச்சிருக்கான்' கணவனை கிண்டல் செய்தவள் மணி இருக்கும் அறைக்குள் நுழைந்தாள்.

அவள் ஜன்னல் வழியே வேடிக்கை பார்த்து கொண் டிருக்க. தேனோ படுக்கையில் தூங்கி கொண்டிருந் தாள்.

''எதுவும் வேணுமா மணி'' கேட்டுக் கொண்டே நுழைந்தவளை மணி ஆச்சர்யமாகத்தான் பார்த்தாள்.

''எப்படி கனி, ஒரே நாள்ல இது உன்னோட வீடுன்னு நினைச்சு இப்படி சாதாரணமா நடந்துக்க உன்னால முடியுது. என்னால இன்னும் அப்படி நினைக்க முடியல. அந்நியமா தோணுது.''

''இது என்னோட வீடு இல்ல. நம்ம வீடு புரியுதா...'' என்றாள்.

''இன்னைக்கு நீ நிறைய அதிர்ச்சி தந்துட்டு இருக்க. எனக்கு கண்ணை விரிச்சு விரிச்சு பார்த்து வலியே வந்துடுச்சுன்னா பார்த்துக்கயேன்'' கிண்டலாக சொல்லியவளை எதுவும் சொல்லாமல் சிரித்தாள்.

''மொத்தமாவே மாறிப் போயிட்ட'' என்று மேலும் கனியின் மாற்றத்தைப் பற்றி சொன்னாள்.

''அப்படி எனக்கு எதுவும் தோணல மணி. இப்போ நீ தூங்கி ரெஸ்ட் எடு. ஒரு ஆறு மணிக்கு வந்து எழுப்பிவிடறேன். முடிஞ்சா அன்போட ரூம்க்கு உன்னை ஷிப்ட் பண்ண ஏற்பாடு பண்றேன்.''

''அதெல்லாம் வேண்டாம். எங்க ரூம்ல நைட்டுக் காக ரெடி பண்றதா சொன்னாங்க. உன்னோட ரூம்ல ரெடி பண்ணலையா.''

அவள் பதில் சொல்வதற்கு முன்பே காதை பொத்திக் கொண்டு எழுந்த தேன்மொழி, ''இங்க ஒரு சின்ன பொண்ணு இருக்கேன். சென்சார் பேச்சு எல்லாம் இங்க இருக்கக் கூடாது. எதுன்னாலும் தனியா பேசிக்கங்க'' என்று அவர்களது பேச்சிற்கு தடை போட்டாள்.

''சரி... சரி... நீ தூங்கு மணி. நான் அத்தைக்கு போய் ஹெல்ப் பண்றேன்.''

''நானும் வர்றேன்'' என்று மணியும் கிளம்ப.

"இவ்வளவு அலங்காரத்தோட நீ வெளில வந்
தாலே எல்லோரும் உன்னை பிடிச்சு வைச்சுக்கு
வாங்க. நான் மட்டும் போறேன்" என்றதும் அவளால்,
"நீ மட்டும் ஏன் போற" என்று கேட்க முடியவில்லை.

குடும்பத்தின் மூத்த மருமகளாகி பல காலம்
ஆனது போல தான் அவளது நடவடிக்கைகள்
இருந்தது.

மிதமான அலங்காரத்தில் அதிகம் வேலைப்பாடு
இல்லாத புடவையும் கட்டியிருந்ததால் அவளது
தோற்றம் அந்த வீட்டில் அவளும் ஒருத்தியாகி பல
காலம் ஆகிவிட்டது போலத்தான் உணர்த்தியது.

மாலை பூஜைக்கு ரேவதி தயார் செய்து கொண்
டிருக்க கனியும் உடன் இருந்து உதவி செய்தாள்...

அவளை பற்றி கொஞ்சம் தவறாகவே நினைத்
திருந்த ரேவதிக்கு, 'எம்மருமக மகன்கிட்ட மட்டும்
தான் அப்படி இருப்பா போல.. எல்லாரும் அப்படித்
தானே' மனதிற்குள் மருமகளை பாராட்டிக் கொண்டே
அவரும் அவளுக்கு வேலை கொடுத்துக் கொண்
டிருந்தார்.

அவள் வேலையை செய்து கொண்டிருக்க. இது
தான் வாய்ப்பென்று, "கார்த்திக்கை பூஜைக்கு வர
சொல்லிடும்மா" என்றார்.

"சரிங்கத்தை" என்றவளுக்கோ, அவனது போன்
நம்பர் கூட தெரியாது. அவனுடன் சண்டை போட்
டதில், மொத்தமாக அழித்து விட்டிருந்தாள்.

அலுவலகத்துக்கு போன் செய்தால், சரியாக வராது என்று எண்ணி அண்ணனிடமே உதவி கேட்க வந்தாள்.

அவனோ அமைதியாக போனிலிருந்த ஒரு பெண்ணின் முகத்தையே ஆராய்ந்து கொண்டிருந்தான்.

"போன்ல என்ன பண்ணிட்டு இருக்க" என்றதும் அவன் தடுமாற, சட்டென்று போனை பிடுங்கியவள் அதில் இருக்கும் பெண்ணை பார்த்து விட்டு, "நீயும் தேராத கேஸ். அவளும் தேராத கேஸ். நீ இப்படியா போன்லயே பார்த்துட்டு இரு. நான் அவளுக்கு வேற மாப்பிள்ளையை பார்த்து கட்டி வைக்க போறேன். என் பேச்சை அவ மீறவே மாட்டா" என்று மிரட்டினாள்.

"ஏன் கனி உனக்கு இந்த கொலைவெறி. இப்போ தான் அண்ணன் ஒரு பொண்ணையே பார்க்க ஆரம்பிச்சிருக்கேன். அதுக்கே ஆப்பு வைச்சா எப்படி" பாவமாக கேட்கவும், போனால் போகிறது என்று விட்டுக்கொடுப்பவளை போல,

"சரி, சரி நான் எதுவும் பண்ணலை" என்றாள்.

அப்படியே அவனது போனை எடுத்து, கார்த்திக்கின் நம்பரை தன்னுடைய மொபைலில் பதிவு செய்துவிட்டு திருப்பி கொடுத்தவள். அவனுக்கு போன் செய்தாள்.

எடுத்த எடுப்பிலேயே, ஒரு ஹலோ கூட சொல்லாமல், "நான் தான் நீயே எல்லாம் பார்த்துக்கன்னு

சொன்னேன்ல... அப்புறம் ஏன் கூப்பிடற'' என்று எரிந்து விழுந்தான்.

''நீ இன்னும் அரைமணி நேரத்தில வீட்டுல இருக்கணும். ரொம்ப ஓவரா பண்ண. மீட்டிங் நடக்கற இடத்துக்கு எல்லாரையும் கூட்டிட்டு வந்து, அங் கேயே பூஜையை நடத்தி, உன் காதுல பூவை சொருகி விட்டுடுவேன். நல்ல பிள்ளையா வந்து சேர்'' என்று மிரட்டியவள் அவனது பதிலை எதிர்பார்க்காமல் வைத்துவிட்டாள்.

அவள் சொன்னால், செய்யாமல் விடமாட்டாள். பூஜை நடத்துவதில் கூட பிரச்சனையில்லை. காதில் பூவை வைத்து விட்டாள் என்றால், ''ஐயோ... முடியாது'' வாய்விட்டே அலறியவன். தன்னை வித்தியாசமாக பார்த்தவர்களை கண்டுகொள்ளாமல், அவனது செக்ரட்டரியிடம் மற்றவற்றை பார்த்துக் கொள்ள சொல்லிவிட்டு கிளம்பி வீட்டிற்கு வந்து விட்டான்.

அவன் வரும் போது, பூஜை தொடங்கியிருந்தது. குளித்து விட்டு அவன் கீழே வரும் போது அந்த வீட்டின் இரண்டு மருமகளும் கண்ணன் பாட்டை பாடிக் கொண்டிருந்தார்கள்.

கார்த்திக் வெளியே நிற்பதை பார்த்த கனி, அவனை பார்த்துக் கொண்டே,

கண்ணில் தெரியுதொரு தோற்றம் அதில்

கண்ணன் அழகு முழுதில்லை

நன்னு முகவடிவு கானில் அந்த

நல்லமலர் சிரிப்பை காணோம்

என்று பாடினாள். அவள் வேண்டுமென்றே அந்த பாடலை தேர்வு செய்து பாடியது போல இருந்தது. அவனுக்கு மிகவும் பிடித்த பாடல் வரிகள் அவனது நிலையை பிரதிபலிப்பதாகவே இருக்க, அவன் முகத்திலும் புன்னகை கீற்றுகள்!!

பூஜைகளை முடித்து விட்டு, கார்த்திக்கும் கனியும் பெற்றவர்களிடம் ஆசீர்வாதம் வாங்கினார்கள்.

''நினைச்சத சாதிச்சுட்டடண்ணா'' காதுக்குள் வந்து சொல்லிய தம்பியை மெல்ல தள்ளி நிறுத்திய கார்த்திக், ''என்னை கலாய்க்கணும்னு முடிவு பண்ற துக்கு முன்னாடி. நாளைக்கு ஆபீஸுக்கு இழுத்துட்டுப் போயிடுவேன்றத ஞாபகப்படுத்திக்கோ'' என்றதும் அடங்கிவிட்டான்.

இரவு சடங்கிற்கு இரு பெண்களையும் அலங் கரிக்க ரேவதியும் சத்யாவும் வர கனியால் மறுக்க முடியவில்லை.

மாட்டேன் என்றால் பல கேள்விகள் வரும். அதே நேரம் அதிகப்படியாக எதையும் செய்யாமல் பார்த்துக் கொண்டாள்.

அவர்களை தயார் செய்து விட்டு, அவர்களே அறைக்கு செல்லட்டும் என்று போய்விட்டனர்.

தேன்மொழி மணியிடம் ''ஆல் தி பெஸ்ட்'' என்று சொல்லி கட்டை விரலை உயர்த்தியவள், பழக்க

தோஷத்தில் கனியிடம் ''ஆல் தி வொர்ஸ்ட்'' என்று சொல்லிவிட்டு நாக்கை கடிக்க, ஒரு வினாடி என்றாலும் கனியின் முகம் சுருங்கி விட்டது.

அவளுக்குள் இருக்கும் பயத்தை வெளிக் கொண்டு வருவது போல தேனின் பேச்சு இருக்க, உடனே சுதாரித்துக் கொண்டவள், ''தேங்க்ஸ் தேனு'' என்றாள்.

தேனு பதிலுக்கு சொல்ல வருவதை கண்டுகொள் ளாமல் மணியை அழைத்து அவள் நெற்றியில் முத்தம் வைத்து அவளை அனுப்பி வைத்தாள்.

தயங்கினாலும் மணிமொழி சென்றுவிட... தயக்கம் இல்லையென்றாலும் கனிமொழியின் கால்கள் நகர மறுத்தன.

மேலும் தேனு பேச வர, அவசரமாய் நடையை எட்டிப் போட்டு தங்களது அறைக்குள் நுழைந்து கொண்டாள்.

அவள் வேண்டுமென்றே சொல்லாவிட்டாலும் அவர்கள் இருவருக்குள் லேசான விரிசல் விழுந்து விட்டது.

கண்ணில் நீர் துளிர்க்க அதை துடைத்துக் கொண் டவள், கார்த்திக்கை எங்கே என்று தேடினாள்.

கட்டிலில் சாவகாசமாக அமர்ந்து நியூஸ் பார்த்துக் கொண்டிருந்தான்.

பேச்சை தொடங்க வேண்டும் என்பதற்காக, ''காலைல நீ வேணும்னே தான் அந்த டாக்டரை அப்படி பேச சொன்னியா'' என்று கேட்டாள்.

அவள் மனதிற்குள் அந்த கேள்வி ஓடிக் கொண்டே இருந்தது.

அவனோ சற்றும் தயங்காமல், ''என்ன நானே அடுத்தவங்க முன்னாடி அசிங்கப்படுத்திக்க மாட்டேன்... நான் உன் விஷயத்துல ப்ளான் பண்றதே இல்ல. ப்ளான்ல ஜெயிச்சாலும் மனசளவுல நொறுங்கி போயிடறேன். அதனால தான் உனக்காக நான் போட்டு வைச்சிருந்த ப்ளான் எல்லாம் கேன்சல் பண்ணிட்டேன்... நானா எதுவும் பண்ணல...'' என்றான்.

அவனது விளக்கம் அவளுக்கு போதுமானதாக இருக்க. ஒரு சேரை கஷ்டப்பட்டு இழுத்து சுவற்றோரமாக போட்டாள்.

''என்ன பண்ற நீ'' டிவியை ஆப் செய்து விட்டு அவள் அருகே வர,

''நம்ம பெட்டுக்கு நடுவில ஸ்க்ரீன் போட போறேன்'' என்றவள் அவன் முக மாறுதலை கவனிக்காமல், ''என்னை நீ பார்த்துக்கிட்டே இருந்தா, எனக்கு தூக்கம் வராது தானே'' என்று அவனிடம் கேள்வி கேட்டாள்.

''நான் பார்ப்பேன்னு உன்கிட்ட நான் சொன்னேனா.''

''படத்தில எல்லாம் அப்படி தான வருது. தூங்குன்னு சொல்லிட்டு விடிய விடிய பொண்ணு முகத்தை பையன் பார்த்துட்டு இருப்பான். அப்படியே கண்ணால வசியம் பண்ணி காரியத்தை சாதிச்சுக்குவான். இது நமக்கு செட் ஆகாது'' என்று சொல்லிக்

கொண்டே சுவற்றில் ஒட்டும் ஸ்டிக்கரை வைக்க முயற்சி செய்து முடியாமல் போக.

"எனக்கு ஹெல்ப் பண்ணலாம்ல கார்த்திக்" என்று அவனையே துணைக்கழைத்தாள்.

"இப்போ நான் உனக்கு உதவி செய்ய வந்தேன்னா. நீ எதுக்காக இவ்வளவு கஷ்டப்பட்டு பண்ணிட்டு இருக்கியோ, அது வீணாப் போயிடும். நான் உன்னை விடிய விடிய பார்த்து டைம் வேஸ்ட் பண்ணா மலேயே, எல்லாம் நல்லபடியா நடந்துடும். உனக்கு பரவாயில்லையா" அழுத்தத்துடன் அவன் உரைக்க, புரிந்தும் புரியாதது போல...

"இது வொர்க் ஆகாது போல கார்த்திக்... நான் அட்ஜெஸ்ட் பண்ணிக்கறேன்" என்றவள் கட்டிலில் படுத்து நன்றாக போர்த்திக்கொண்டாள்.

அவளது செய்கை அவனுக்கு சிரிப்பை வர வழைக்க மென்மையாக சிரித்துக் கொண்டான்.

அவளுக்கே தெரிந்திருக்கிறது... நான் பார்த்தால், அவள் தன் வசம் இழந்து விடுவாள் என்று... இதற்கு பெயர் காதல் இல்லையா...!!

நிம்மதியுடன் அவள் அருகில் படுத்தவன் சில நாட்கள் உறங்காமல் தவித்ததற்கு பலனாக இன்று தூங்க ஆரம்பித்தான்.

நடு இரவில் மெலதாக ஏதோ சத்தம் கேட்க விழித்த கனி, அந்த சத்தம் கார்த்திக்கிடமிருந்து வருவதை உணர்ந்து எழுப்பினாள்.

அவனோ எழுந்திருக்காமல் இருக்க, போர்வையை விலக்கி அவன் நெற்றியில் கையை வைக்க, அது கொதித்தது.

பதறிப்போனவள் யாரையாவது எழுப்புவோம் என்று கதவுக்கு அருகில் சென்றவள், இப்போது எழுப்பக் கூடாது என்று புத்தி உரைத்ததால் அவசர மாக கார்த்திக்கையே எழுப்பினாள்.

''ஜுரம் அடிக்குது கார்த்திக்... ஹாஸ்பிட்டல் போலாமா... இல்ல டேப்லட் போடறீங்களா'' என்று இரண்டு மூன்று முறை கேட்ட பின்னர், சிரமத்துடன் கண் விழித்தவன், ''அந்த டேபிள்ள இருக்க டேப்லட் எடுத்து கொடு. காய்ச்சல் விட்டுடும்... மூணு நாளா தூங்கல... அதான்...'' என்று சொல்வதற்குள் சிரமப் பட்டுவிட்டான்.

தண்ணீரையும் மாத்திரையும் எடுத்து அவனுக்கு கொடுத்தவள் அவன் உறங்கும் வரை அவனது கையை விடவில்லை.

அவன் உறங்கிவிட்ட பின்பும் அவள் அழுதுகொண் டிருந்தாள். அவன் உறங்காமல் இருந்தது அவளுக் காகத்தான் என்று எண்ணி எண்ணி அழுதவள் எப் போது உறங்கினாள் என்று அவளுக்கே தெரியாது.

நான்கு மணிக்கு மெல்ல விழித்த கார்த்திக் கொஞ்சம் தெம்பாக உணர்ந்தான்.

அவள் அமர்ந்த நிலையிலேயே உறங்குவதை பார்த்து, அவளை தூக்குவதற்காக அவளை தொட, இப்போது அவளுக்கு காய்ச்சல் அடித்தது.

அவளை போல தன்னால் தான் காய்ச்சல் வந்து விட்டதோ என்று மருகவில்லை. அவனுக்கு தெரியும் எதனால் காய்ச்சல் வந்திருக்கும் என்று.

அவளை தூக்கியவன் காரை அடைந்து அவளை அமர்த்திய போது கூட அவளால் முழுதாக விழிக்க முடியவில்லை.

வாட்ச்மேன் ஓடி வர, ''வீட்டுல இருக்கவங்க கேட்டா மட்டும் எனக்கு போன் பண்ண சொல்லிடு'' என்றவன் விரைவாக காரை செலுத்தி மருத்துவ மனையை அடைந்து அவளை அட்மிட் செய்தான்.

காய்ச்சல் அதிகமாக இருப்பதால் இரண்டு நாட் களாவது தங்க வேண்டும் என்று சொல்லிவிட்டனர்.

காலை பொழுதில் முதல் ஆளாக மணிமொழி வந்து விட, பூஜையறையில் அவளை விளக்கேற்ற வைத்த ரேவதி, அவளை காபி குடிக்க வைத்து பின்னர், மகனுக்கும் கொடுத்து அனுப்பினார்.

கனி இன்னும் வராததை கண்டு சங்கடமாக சத்யா ரேவதியை பார்க்க, ''கண்டுக்காதீங்க'' என்றதோடு நிறுத்திக்கொண்டார்.

மணி ஒன்பது ஆகியும் அவர்கள் வராததை கண்டு ரேவதி அவர்கள் அறைக் கதவை தட்ட, அதுவே திறந்து கொண்டது.

உள்ளே நுழையாமல் மகனுக்கு போன் செய்ய, ''நான் ஹாஸ்பிட்டல்ல இருக்கேன்மா... ஒண்ணும் பிரச்சனையில்ல... முடிஞ்சா கனியோட அம்மாவை

மட்டும் அனுப்பி வைங்க'' என்றதும் பதறிப்போனவர் மொத்த குடும்பத்தையும் அழைத்துக்கொண்டு மருத்துவமனைக்கு வந்து சேர்ந்தார்.

அப்போது தான் கண் விழித்த கனி இருக்கும் இடத்தை உணர்ந்து பயந்து போய் பார்க்க, சத்யாவோ அவளை வந்து அணைத்துக்கொண்டார்.

''ஒண்ணுமில்லம்மா'' என்று அவள் சொல்லிக் கொண்டிருக்க இடைபுகுந்த கார்த்திக்.

''எவ்வளவு தான் கல்யாண வேலை இருந்தாலும், உங்க பொண்ணு எங்க போறா... வர்றான்னு கவ னிக்க மாட்டேங்களா அத்தை'' எனவும் அவர் புரி யாமல் முழித்தார்.

''சும்மா இருங்க கார்த்திக்'' என்று அவனை அதட்டிய கனி...

''ஒண்ணுமில்லம்மா... அவருக்கு காய்ச்சல் வந்துட் டதா... நான் பயந்து போயிட்டேன்'' என்று அனை வரது கவனத்தையும் அவனிடம் திசை திருப்ப... அவனோ முறைத்தான்.

14

கார்த்திக்கிற்கும் காய்ச்சல் என்று சொன்ன உட னேயே அவனையும் பரிசோதித்தது. சரியாகிவிட்டது என்ற பின்னர் தான் ரேவதி அமைதியானார்.

அத்தனை பேரின் முன்னிலையில் தூக்கத்தை கெடுத்து வேலை செய்யும் மகனை அவரால் திட்ட முடியவில்லை.

அன்று இரவு, ''நான் கனியின் அருகில் இருக் கிறேன்'' என்று கார்த்திக் சொல்ல, யாரும் அவனை விடவில்லை.

பகல் நேரத்தில் அலுவலக வேலை இருக்க, இரவு நேரம் மட்டுமே அவளை பார்க்க முடிந்ததில் கார்த்திக் தவித்துப் போனான்.

இரண்டு நாட்கள் தான் என்றாலும், அவளுடன் ஒவ்வொரு வினாடியும் இருக்க மனம் துடித்தது.

அவள் அதை உணர்ந்ததை போல் தெரிய வில்லை. வழக்கத்தை விட சோர்வாக தெரிந்தாள்.

இறுதியில் அவளை வீட்டுக்கு அழைத்து வந்த பின்னர் தான் நிம்மதியாக உணர்ந்தான்.

வீட்டுக்கு வந்த உடன் மருந்தை உட்கொண்டு அவள் தூங்கிவிட...அவளையே பார்த்துக் கொண் டிருந்தவனும் நடு இரவில் உறங்கி போனான்.

காலையில் சிரமப்பட்டு அவன் கண் விழிக்க, அவனுக்கு கிடைத்ததோ அவன் மனைவியின் அழகு தரிசனம்.

அவ்வளவு அழகாக இருந்தாள்.

கண்ணாடியில் தன் உருவத்தையே சுற்றி சுற்றி பார்த்துக் கொண்டிருந்தவளை ரசித்து கொண்டிருந் தான்.

அழகிய டிசைனர் புடவையில் அவளும் அழகாக இருந்தாள்.

சிறிது நேரத்தில் ரசிப்பு தன்மையை தாண்டிய ஒன்றை அவன் உணர, டென்ஷன் ஆகிவிட்டான்.

படுக்கையிலிருந்து வேகமாக எழுந்தவன் அவள் அருகில் வந்து, ''என்ன டிரஸ் பண்ணியிருக்க'' என்று அறையே அதிரும்படி கத்தினான்.

''புடவை தானே கட்டியிருக்கேன். இது கூட உன் கண்ணுக்கு தெரியலையா'' நக்கலாக கேட்டாள்.

''அது தெரியுது. நீ என்ன மாடலிங் பண்ண போறியா.''

''போகட்டுமா'' என்று அவனது கோபத்தின் காரணத்தை அறியாதவளாய் கேட்டாள்.

''அது ஒண்ணு தான் உனக்கு குறைச்சல். யார் உனக்கு இந்த மாதிரி டிசைன் எல்லாம் பண்ணி கொடுக்கறது.''

''அழகா தானே இருக்கு'' என்று மறுபடியும் தன் உருவத்தை கண்ணாடியில் அப்படி இப்படி என்று திரும்பி பார்த்து அவனது கோபத்தை அதிகப்படுத் தினாள்.

''என்ன குறைச்சலா... யார் உனக்கு இந்த மாதிரி மாடல்ல பிளவுஸ் தைச்சு கொடுத்தது. இருக்குதா இல்லையான்னு தெரியமா தைச்சு வைச்சிருக்கான்'' என்று அவளை கேட்க, அவளோ இதில் என்ன இருக்கு என்பது போல பார்த்தாள்.

''உனக்கு எல்லாம் நேரடியாக சொன்னா தான் புரியும். அழகா இருக்கறதை விட கவர்ச்சியா இருக்கு. இப்படி வேணும்னே ட்ரெஸ் பண்ணி வெளிய கிளம்பி போக வேண்டியது. அப்புறம் அவன் பார்த்தான். இவன் பார்த்தான்னு ஒப்பாரி வைக்கிறது'' என்றதும் முற்பாதியை விட்டுவிட்டு, பிற்பாதியை பிடித்துக் கொண்டு...

''நீ என்ன லோக்கல் பாசை பேசற'' என்றாள்.

அவளுடைய பதில் அவனுக்கு எரிச்சலை கொடுக்க ஆழ முச்செடுத்து தன்னை நிதானப்படுத் திக்கொள்ள முயன்றான்.

சில வினாடிகளுக்கு பிறகு. ''இனி நீ இந்த மாதிரி டிசைன் பண்ணி போடவே கூடாது பின்னாடி...'' என்றவன் அவளது முதுகை பார்வையிட அவளுக்கு எதுவுமே தோன்றவில்லை.

ஆனால் அவனது பார்வை மாற்றம். அவளுக்கு சட்டென்று மனதில் ஓர் அலையை உருவாக்க, புடவையை எடுத்து உடனே தன்னை மூடிக்கொண் டாள்.

''இப்போவாவது புரிஞ்சுதே... இதே மாதிரி தான் எல்லா புடவைக்கும் உன்னோட டிசைனர் தைச்சு கொடுத்திருக்காங்களா.''

''தெரியலையே... தேன்மொழி தான் எனக்கு இதை கொடுத்தா'' என்றதும் அவனுக்கு வந்த கோபத் திற்கு அளவே இல்லை.

''நீ வழக்கமா போடற டிரஸ் போய் போடு'' என்று விரட்டினான்.

''நான் அப்படி எதுவுமே எடுத்துட்டு வரலையே... ஏன் நீ இதுக்கு எல்லாம் இவ்வளவு கோபப்படற... ரொம்ப ரூல்ஸ் போடற... எனக்கு இந்த புடவை தான் பிடிச்சிருக்கு... வேற எதுவும் மாத்த போறதில்லை'' வேண்டுமென்றே அடம்பிடித்தாள்.

''அப்போ சரி. இன்னும் ஒரு மணி நேரத்துக்கு உள்ளேயே இரு'' என்றவன் கதவை அடைத்து விட,

''நான் கீழ போகணும் கார்த்திக். அத்தைக்கு ஏதாவது ஹெல்ப் பண்ணணும்'' என்று கெஞ்சினாள்.

''நான் சொல்ற வரைக்கும் நீ கீழ போகக் கூடாது'' என்றவன் குளிக்க போய்விட்டான்.

அவன் கிளம்பி வர சரியாக ஒரு மணி நேரம் ஆகி விட, அவனுக்கு போன் வந்ததும் கதவை திறந்து வெளியே போனான், மறக்காமல் பூட்டிவிட்டு சென் றான்.

''கொடுமைக்காரனா இருக்கான்'' திட்டிக்கொண்டே அறைக்குள் நடை பயின்றவள். கதவு திறக்கும் சத்தம் கேட்டு அவனை திட்ட முயல. அதற்குள் அவளிடம் ஒரு கவரை நீட்டினான்.

அதில் அவளது புடவைக்கு மேட்சான பிளவுஸ் இருந்தது.

எதையும் சொல்லாமல் அவள் தன்னுடைய உடையை சரிப்படுத்திக் கொண்டு வெளிவந்து,

''எப்படி சரியா இதே ப்ராண்ட்ல கிடைச்சுது'' என்று கேள்வி வேறு கேட்டாள்.

''நான் என்ன பிசினெஸ் பண்றேன்னு கொஞ்சம் ஞாபகப்படுத்திக்கோ... நீ கட்டியிருக்க பிராண்ட் நம்ம கம்பெனியோடது தான். கொஞ்சம் உன்னோட டிவி சேனல்லல இருந்து கவனத்தை திசை திருப்பு'' என்றவன் அறையை திறக்கும் முன் குறும்பாக,

''அளவு கூட நான் தான் சொன்னேன்... சரியா இருக்கா'' என்று கேட்கவும், அவள் முகம் சிவப்ப தற்கு பதிலாக இருண்டு போனது.

அவள் அப்படியே தலையில் கை வைத்து சோபா வில் அமர்ந்து விட, தான் அப்படி சொல்லவே யில்லை என்பது போல அவளது அருகில் வந்து, ''சாப்பிட போலாம் வா. எல்லாரும் வெயிட் பண் றாங்க'' என்று அழைத்தான்.

மனமேயில்லாமல் அவனுடன் சென்றாள்.

கீழே வந்த மகளிடம் சத்யா கடிந்து கொண்டார்.

''அவர் தான் கீழே விடலை'' என்று அவன் சரச மாடி அவளை வெளியேவிடாதது போல அவள் பாவனை இருக்க, தலையில் அடித்துக் கொண்டவர்.

''எல்லாருக்கும் போய் சாப்பாடு பரிமாறு'' என்று விரட்டினார்.

அவள் செல்லப் போக, ''நீயும் என் கூடவே உட்கார்'' என்று கையை விடாமல் பிடித்துக் கொண்டு போய் அமர வைத்தான்.

மணிமொழி அனைவருக்கும் பரிமாறி கொண் டிருக்க, கனி எழ போனாள்.

அப்போதும் விடாதவன், ''இப்போ தான் காய்ச்சல் விட்டிருக்கு. எந்த வேலையும் செய்யாத. முதல்ல சாப்பிடு'' என்று அவளது தட்டில் அவனே இரண்டு இட்லியை மட்டும் வைத்து, பட்டும் படாமல் புதினா சட்னியையும். தக்காளி சட்னியையும் வைத்து விட்டு, தானும் ஒரு தட்டில் உணவை எடுத்துப் போட்டு அமர்ந்து கொண்டான்.

பரிமாற வந்த அம்மாவையும் விடவில்லை. அவனது செயல்கள் அடக்குமுறை போலவே கனிக்கு தோன்றியது.

கனிக்கு மூன்று நாட்களாக சரியாக சாப்பிடாததால் நாக்கு வேறு நன்றாக வேலை செய்ய ஆரம்பித்தது.

கார சட்னி என்னையும் கொஞ்சம் கவனி என்று அவளுக்கு அழைப்பு விடுக்க. 'அம்மா வீட்டுல இருந்தா, இந்நேரம் என் கைல இருந்திருக்கும். இது தான் புகுந்த வீட்டுக்கும், பிறந்த வீட்டுக்கும் உள்ள வித்தியாசம் போல. பிடிச்சதை கூட எடுத்து சாப்பிட முடியாதா' நொந்து கொண்டாள்.

மனதை சமாதானப்படுத்தி கார சட்னி அருகில் அவள் கை நகர, அதை பொறுக்காதவனோ அவளது கையை தட்டிவிட்டு, ''இருக்கறதில மட்டும் தொட்டு சாப்பிடு'' என்று அவளுக்கு மட்டுமே கேட்குமாறு அதட்டினான்.

"முடியாது" என்று அவள் அடம்பிடிக்க, எதையும் யோசிக்காமல் தன்னுடைய தட்டில் நீரை ஊற்றிய கையோடு அவளது தட்டிலும் நீறை ஊற்றிவிட்டான்.

"அட படுபாவி" வாய்விட்டே அவள் சொல்லி விட, அனைவரும் அவனை கேள்வியாய் பார்க்க, அம்மாவிடம் மட்டும்...

"கனிக்கு காரம் சாப்பிட முடியலையாம்மா... கொஞ்சம் பால் மட்டும் ரூம்க்கு கொடுத்துவிடுங்க. நாங்க ரூம்ல இருக்கோம்" என்று சொல்லிவிட, அதற்கு மேல் அங்கே அமர முடியாமல் கையை கழுவிவிட்டு அறைக்கு வந்துவிட்டாள்.

சிறுகுழந்தை அழுவது போல அவள் முகம் இருக்க. அவனுக்கோ பரிதாபத்திற்கு பதிலாக கோபம் தான் வந்தது.

"இனிமேல் பொழுதுபோகலை, தனிமையை அதிகமா உணர்றேன் சொல்லி, கண்டதையும் கிலோ கணக்கில சாப்பிடு... வந்து உதட்டிலேயே ரெண்டு போடு போடறேன்" என்ற அவனது குரல் கேட்க, திடுக்கிட்டு போய் பார்த்தாள்.

"என்ன அப்படி பார்க்கற... யாராவது போழுது போகலைன்னு ஒரு கிலோ ஐஸ்கிரீம் வாங்கி... ஒரே மூச்சில் சாப்பிடுவாங்களா... உன்னை எல்லாம் பெத்தாங்களா இல்ல செஞ்சாங்களா..." என்றதற்கு அவளிடம் பதிலில்லை.

ரிசப்ஷன் நடந்து கொண்டிருந்த வேளையில் இவனை பற்றியே எண்ணி கொண்டிருந்ததில் மனம்

மிகவும் வெந்து நொந்து போயிருப்பது போல இருக்க. அதை குளிரூட்டுவோம் என்று சொல்லி, பல ஐஸ்க்ரீம்களை உள்ளே தள்ளியிருந்தாள்.

அதன் விளைவு தான் காய்ச்சல். அதற்கு தான் அவனும் திட்டி கொண்டிருக்கிறான் என்று புரிந்து போக, ''அப்போ என் பின்னாடி இனிமேல் வரமாட் டேன்னு பெருசா சொல்லிட்டு, என் பின்னாடியே தான் சுத்திட்டு இருந்தியா'' சண்டைக்கு தயாரானாள்.

''வேற என்ன பண்ண சொல்ற. எல்லாம் என் தலையெழுத்து உனக்கு பிடிக்கலைன்னு என்னால விடவும் முடியல. எனக்கு பிடிச்சிருக்குன்னு உன்னை விடாம தொடரவும் முடியல'' என்றான்.

அப்போது கதவு தட்டப்பட போய் திறந்தவன் ரேவதி இரண்டு பால் டம்ளர் கொண்டு வந்திருக் கவும், ''வேலைக்காரவங்ககிட்ட கொடுத்திருக்க வேண்டியது தானம்மா. எதுக்கு நீங்க கஷ்டப்பட றீங்க'' அக்கறையுடன் அம்மாவை கடிந்து கொண் டான்.

''இதில என்ன இருக்கு'' என்றவர் உள்ளே பார்க்க, சோபாவில் அமர்ந்து கை கட்டி வாய்பொத்தி கனி அமர்ந்திருந்தாள்.

''இதென்னடா பிள்ளையை இப்படி உட்கார வைச் சிருக்க... அவ என்ன உன்னோட பொண்டாட்டின்னு நினைச்சியா... அடிமைன்னு நினைச்சியா'' என்று அவனுடன் அவர் சண்டைக்கு வரவும் தான் கனி அமர்ந்திருந்த நிலையையே அவன் பார்த்தான்.

அவளோ நாக்கை வெளியே நீட்டி அவனுக்கு பழிப்பு காட்டிவிட்டு, ரேவதி பார்க்கவும் அப்பாவி போல் முகத்தை வைத்துக் கொண்டாள்.

'இவ குழந்தையா, பெரிய பொண்ணான்னே எனக்கு இன்னும் புரியல' நொந்து கொண்டவன். ''நாங்க குடிச்சிக்கறோம்மா... நீங்க போய் அப்பாவை கவனியுங்க'' எனவும் அவர்களின் தனிமையை கெடுக்க மனமில்லாதவராய் கிளம்பிவிட்டார்.

அவள் அந்த பாலை என்ன செய்வது என்பது போல பார்த்து கொண்டிருந்தாள்.

''கொஞ்சம் கொஞ்சமா குடிச்சிடு. மூணு நாளா சாரியா சாப்பிடல. இந்த நேரத்தில இவ்வளவு காரம் சாப்பிட கூடாது. நீ இன்னும் சின்ன பொண்ணு இல்ல. உன்ன நீ தான் கவனிச்சுக்கணும்'' சிறு பிள்ளையாய் பாவித்து எடுத்து சொல்ல, மறுபேச்சு பேசாமல் குடிக் கவும், தன்னுடைய தன்மையான பேச்சை அவள் கேட்கத்தான் செய்கிறாள் என்று மகிழ்ந்து தான் போனான்.

அவள் குடித்து முடிக்கவும் ஒரு கவரை எடுத்துக் கொண்டு கீழே சென்றான். அங்கேயே இருக்க பிடிக் காமல் அவளும் பின் தொடர்ந்து வந்தாள்.

அன்பும் மணியும் மட்டுமே ஹாலில் இருக்க, மேலிருந்து இறங்கும் போதே, ''அன்பு எங்க இருக்க'' என்று குரல் கொடுத்துக்கொண்டே இறங்கினான்.

மணிமொழி அவனை விட்டு தள்ளி அமர்ந்து விட, அவர்களிடம் வந்தவன், ''கனடால ஒரு 5 நாள்

வேலை இருக்கு. அதை பார்த்துட்டு மெதுவா நீங்க ரெண்டு பேரும் வரலாம். இது உங்க ரெண்டு பேருக்கு தேவையான எல்லாம் இதுல இருக்கு'' என்று கொண்டு வந்திருந்ததை அன்பிடம் நீட்டினான்.

''நீ எங்கேயும் போகலையாண்ணா.''

''கோவால எனக்கு வொர்க் இருக்கு. நான் அங்க போறத இருக்கேன். நீங்க ரெண்டு பேரும் சீக்கிரம் கிளம்புங்க... இன்னைக்கு மதியமே கிளம்பணும்'' என்று விரட்டினான்.

அவர்கள் மகிழ்ச்சியுடன் கிளம்ப சென்று விட, ''ஹனிமூன் போற இடத்துல இப்படி வேலை கொடுத்து கொடுமை பண்றீங்களே... இது அநியாயமா தெரியல'' என்றாள்.

''5 நாள் வேலைக்காக அவனுக்கு 60 நாளைக்கு எந்த நாட்டுக்கும் போறதுக்கான விஸால இருந்து எல்லாம் ரெடி பண்ணி கொடுத்திருக்கேன். இதுக்கு மேல என்ன பண்ணனும்'' என்று கோபமாக கேட் கவும் அமைதியாகிவிட்டாள்.

அவர்களை ஹனிமூன் அனுப்பி வைத்து விட்டு கார்த்திக் கோவாவிற்கு கிளம்புவதற்கான வேலையில் இறங்கினான்.

''நானும் எதுக்கு உன் கூட வரணும். நீ கம்பெனி வொர்க் பார்க்கத் தானே போற'' சலித்துக்கொண்டு அவள் கேட்க.

"நான் உன்னை கூட அழைச்சிட்டு போறேன்னு சொல்லவே இல்லையே. நான் மட்டும் தான் கோவா போறேன்" என்று திகைக்க வைத்தான்.

"என்னை விட்டுட்டு போனா, எல்லாரும் என்ன நினைப்பாங்க."

"கார்த்திக் ரொம்ப மோசமானவன்னு நினைப் பாங்க" என்றான்.

"அது தான் ஏன் அப்படி அவங்களை நினைக்க வைக்கணும், நானும் கூட வருவேன்."

"நான் முடிவு பண்ணா பண்ணது தான். நீ என் கூட வரவே கூடாது" அதட்டவும் அவள் முகம் வாடிப் போனது.

அதையெல்லாம் கண்டுகொள்ளாமல் கிளம்பியவன், அவள் அருகில் வந்து அவளது முகத்தை தாங்கி பிடித்தான்.

அதிர்ச்சியில் சிலையாகி நின்றவளிடம், "என்னை யார் தப்பா பேசினாலும் உன்னால தாங்கிக்க முடி யாதில்லையா" என்று; கேட்கவும் ஆம் என்று தலை யாட்டினாள்.

"ஆனால் உனக்குள்ளேயே என்னைப் பத்தின ரொம்ப தப்பான அபிப்ராயம் இருக்குதே. அதை நீ சொல்லாட்டியும், உன் கண் எனக்கு சொல்லுது."

"நீ என் மேல உள்ள காதல்ல கல்யாணம் பண் ணிக்கலைன்னு எனக்கு நல்லாவே தெரியும். நான்

இல்லாம உன்னால இந்த உலகத்தில வாழ முடியும். என்னோட நினைவுகளோட வாசம் இல்லாம உன்னால வாழ முடியும். இது தான் நீ. ஆனா நான் அப்படி இல்ல'' என்று உருக்கமாக சொன்னவன் இறுதியில், ''என்னை தேடி நீயே வரவே கூடாது'' என்று கட்டளையிட்டு அவன் காரை எடுத்துக்கொண்டு கிளம்பிவிட்டான்.

மற்றவர்கள் என்ன நினைப்பார்கள் என்பதெல்லாம் பின்னுக்கு போக, தன்னை பற்றி முழுவதுமாய் அறிந்து வைத்திருந்தவனை என்ன செய்ய என்று அவளுக்கு தெரியத்தான் இல்லை.

15

இன்றோடு கார்த்திக் கோவாவிற்கு சென்று இரண்டு நாட்கள் ஆகிவிட்டன. இடைப்பட்ட நாட்களில் யாரும் கனியை எதுவும் கேட்கவில்லை. இரு வருக்கும் உள்ள பிரச்சனை இரண்டு வீடும் அறிந்த ரகசியமாயிற்றே!!

மகளை மாமியார் வீட்டில் விட்ட புறப்படும் போது சத்யாவின் மனதிற்குள் ஏற்பட்ட வருத்தத்திற்கு அளவே இல்லை.

வெளியில் காட்டிக்கொள்ளாமல் இருந்தாலும், கனியை பார்க்கும் போது அவரது வருத்தம் அப் பட்டமாய் வெளிப்பட, ரேவதி தான் தேற்றினார்.

"எனக்கு இப்போ நால பிள்ளைங்க இருக்காங்க அண்ணி. ஒரு பிள்ளைக்கு பிரச்சனைன்னா, அப்ப டியே விட்டுடமாட்டேன். ரெண்டு பேராலேயும், ஒருத்தரை விட்டு இன்னொருத்தர் பிரிஞ்சு இருக்க முடியாது. இன்னும் ரெண்டு நாள்ல, யாராவது ஒருத்தர் அவங்க முடிவை மாத்திக்குவாங்க. இல் லைன்னா நாம மாத்திக்க வைப்போம். கவலைப் படாம போங்க"என்று ஆறுதல் சொல்லி அனுப்ப, பெற்றோரை பிரிய போகும் வருத்தமெல்லாம் அவளுக்கு இருப்பது போல இல்லை.

முன்பை விட தெளிவாக இருந்தாள்.

ராஜன் மகளையே பார்க்க, "நாலு தெரு தள்ளி இருக்க வீட்டுக்கு போறதுக்கு எதுக்குப்பா கஷ்டப்பட றீங்க... இப்போ மணி கனடா போயிருக்கா... அவளை நினைச்சு அழுதுட்டா இருக்கீங்க" என்று சமாதானம் செய்தாள்.

"மணிமொழி கணவனோட சென்றிருக்கிறாள். நீ தனியாக இங்கு நிற்கிறாய்" என்று வாய்வரை வந்துவிட்ட வார்த்தைகளை அடக்கினார்.

பெண்களை அவர்கள் இஷ்டத்திற்கு வளர்த்தது தவறோ என்று தோன்றிய எண்ணத்தை அவசரமாக அழித்தார்.

அவர்கள் சென்ற பின்னர் வீட்டிலையே இருந்தவள். இன்று தோழியை பார்க்க மாலிற்கு வந்திருக்கிறாள்.

முழுதாய் மூன்று முறை அந்த மாலில் வலம் வந்து விட்டாள். அவளது தோழியை தான் காணவில்லை.

பொறுத்துப் பொறுத்துப் பார்த்தவள் இறுதியாக, ஏதாவது உண்ணலாம் என்று வாங்க செல்ல, அவசரமாக கார்த்திக்கின் நினைவு அவளுக்குள் வந்தது.

'கண்டதையும் வாங்கி வாயில கொட்டிக்காத' என்று சொன்ன வார்த்தைகள் அவளது வாய்க்கு கடிவாளமிட வேறு வழியில்லாமல் ஒரு டேபிளின் அருகில் அமர்ந்து விட்டாள்.

ஒரு வழியாக அவளது தோழி வந்துவிட, "இப் போவாவது வந்தியே. உனக்கு எல்லாம் டைமிங்க்கு எதுவுமே செய்ய தோணாதா" என்று அவளை திட்ட ஆரம்பிக்க,

"அம்மா போன் பண்ணியிருந்தாங்க கனி... உனக்கு தான் தெரியுமே. ஆரம்பிச்சா முடிக்க நேரமாகும்" என்ற வுடன் தான் அவளது கோபம் தணிந்தது.

"என்ன மறுபடியும் கல்யாணம் பண்ணிக்க சொல்லி கோபப்படறாங்களா."

"ஆமாம்."

"நீயேன் மாட்டேன்னு சொல்லிட்டு இருக்க இன் னமும் உனக்கு முன்னாடி நிச்சயம் பண்ண அதே கல்யாணத்தை நினைச்சுட்டு இருக்கியா..."

"கொஞ்சம்..."

"என்ன கொஞ்சம். அந்த ஆளுக்கு தான் கல் யாணம் ஆகி அழகா ரெண்டு குழந்தைங்க இருக்கே. இன்னமும் நீ இப்படி சொல்லிட்டு இருக்கது ரொம்ப தப்பு இன்பரசி" என்று கோபப்பட்டாள்.

"வெயிட்... வெயிட்... அவங்க மேல எந்த தப்பும் இல்ல. எனக்கு தான் அவங்களை விட பெஸ்டா இன்னும் வேற யாரும் என் கண்ணுக்குப்படலை. மத்தபடி ரொம்ப லவ்ஸ் எல்லாம் இல்லை."

"இதுக்கு என்ன அர்த்தம்."

"பாலுவை மிஸ் பண்ணிட்டேன்னு தோணுது தான். ஆனால் மிஸ் பண்ணியிருக்கவே கூடாதுன்னு ஒரு முறை கூட தோணலை" என்றதும் தலையில் கையை வைத்து அமர்ந்துவிட்டாள்.

"என்னை விட நீ அதிகமா குழப்பற இன்பரசி. இப்போ நீ என்ன தான் சொல்ல வர்ற."

"அவங்க தான் வேணும்னு உறுதியா நினைச் சிருந்தா. அந்த கல்யாணத்தை நான் நிறுத்தியிருக் கவே மாட்டேன். இப்போ எனக்கு வர போற ஹஸ் பண்ட் அவர மாதிரி எந்த கெட்டப் பழக்க வழக்கமும் இல்லாம, நல்லவரா இருக்கணும்னு நினைக்கிறேன். இதில் தப்ப இல்லையே" என்று சொல்ல அவளுக்கு, இன்பரசி சொல்வது சரியென்று தான் தோன்றியது.

ஆனாலும் இப்படி இன்னொருத்தர் மாதிரி, வரப்போற கணவன் இருக்கணும்னு நினைக்கிறது

ரொம்ப தப்பாச்சே என்று அவள் சொல்லியது தப்பென்று உடனே மனம் வாதம் செய்தது.

இன்பரசியை ஒரு தெளிவான முடிவு எடுக்க வைக்க வேண்டிய கட்டாயத்தில் அவள் இருந்தாள்.

''அந்த பாலு மாதிரின்னா, அவர போலவே கிராமத்து ஆளா, நல்ல அழகா, படிச்சவரா... இதுக்கும் மேல அவரை குளோனிங் பண்ணது போல ஒரு மாப்பிள்ளையை எதிர்பார்க்கறியா.''

''அப்படி நான் சொல்லவே இல்லையே. எல்லா பொண்ணுங்களுக்கும் அவங்களுக்கு வரப் போற கணவன் படிச்சவனா, எந்த கெட்ட பழக்கமும் இல் லாதவனா, எல்லாரையும் மதிக்கறவனா இருக்கணும்னு எண்ணம் இருக்கும் தானே. இதில தப்பு எதுவும் இல்லையே'' என்றதும் தான் அவளுக்கு மூச்சே வந்தது.

'இவ பாலுவை நினைச்சிட்டு இருக்கலை. காத லிக்கவும் இல்லை. ஒரு ரோல் மாடல் போல மனசில நினைச்சிருக்கா' என்று தெளிவு பிறக்க, சுற்றி வளைக்காமல் நேரடியாக விஷயத்திற்கு வந்தாள்.

''என்னோட அண்ணனை பத்தி நீ என்ன நினைக்கிற'' என்றதும் கனியின் திருமண நாளன்று தன்னையே சுற்றி சுற்றி வந்த மாதவின் பார்வை நினைவுக்கு வந்தது.

அவளையும் மீறி முகம் சிவக்க ஆரம்பிக்க, ''இதென் னம்மா திடீர்னு இப்படி முகம் சிவந்திருக்கு.

கோபப்படறியா. அப்போ நான் அண்ணனை வேற பொண்ணு பார்க்க சொல்லிடறேன்'' என்று சொன் னாள்.

கனிக்கு கோபத்தால் மட்டுமே முகம் சிவக்கும் என்பது மட்டும் தெரியும். புரியும்...!!

அவசரமாக, ''நான் கோபப்படலை'' என்றாள் இன்பரசி.

''அப்போ நான் எங்க வீட்டில பேச சொல்லட் டுமா.''

''வேண்டாம்... நாங்க முதல்ல பேசிக்கறோம். சரியா வந்தா வீட்டுல நானே பேச சொல்றேன்'' என்றாள்.

அதன் பின் இருவரும் ஒன்றாக ஊர் சுற்றிவிட்டு அவரவர் வீட்டிற்கு செல்ல இரவாகிவிட்டது.

கனி வீட்டுக்குள் நுழையும் போது, கைலாசமும் ரேவதியும் தீவிரமாக சமையல் வேலையில் ஈடுபட் டிருந்தனர்.

வீட்டில் இவர்கள் மூன்று பேர் மட்டுமே இருந்த தால், வேலைக்காரர்களுக்கு விடுப்பு அளிக்கப்பட் டிருந்தது.

'இப்படி அவர்களை வேலை செய்ய விட்டுட்டு ஊர் சுத்திட்டு வந்திருக்கோமே' தன்னையே திட்டிக் கொண்டள் சமையலறைக்கு செல்ல, அங்கு கைலாசம்

தலையில் துண்டு கட்டி தீவிரமாக மனைவியுடன் பேசிக் கொண்டு காயை வெட்டிக் கொண்டிருந்தார்.

பல வருடங்கள் கழித்து அவர்களுக்கு கிடைத் திருக்கும் தனிமை. தொழில் தொழில் என்று அதன் பின்னே ஓடிக்கொண்டிருந்தவர் இந்த இரண்டு வாரமாகத்தான் வீட்டில் இருக்கிறார்.

வேண்டுமென்ற அளவுக்கு பேசி, மெதுவாக வேலையை செய்யட்டும் என்று எண்ணிய கனி. முன் வைத்த காலை அப்படியே, பின் வைத்து வந்த தடம் தெரியாமல் தன்னறைக்கு சென்று விட்டாள்.

அவளுக்கு தானும், கார்த்திக்கும் இப்படி பேசிக் கொண்டிருந்தால் எப்படி இருக்கும் என்ற நினைவுகளும் வராமல் இல்லை.

கண்ணை மூடி கட்டிலில் விழுந்தவளுக்கு இன்பரசி யின் வார்த்தைகளே மீண்டும் மீண்டும் ஒலித்தன.

'இப்போ நான் கார்த்தியை மிஸ் பண்றேன்னு நினைக்கிறனா. இல்லை மிஸ் பண்ணவே கூடா துன்னு நினைக்கிறனா' நீண்ட நேர மன போராட்டத் துக்கு விடை தான் கிடைக்கவில்லை.

ரேவதி அவளை உண்ண அழைக்க உண்டுவிட்டு வந்தவள். 'இப்போ அவன் கூட பேசலாமா, வேண் டாமா...' என்று ஒன்றையே யோசித்துக் கொண் டிருக்க, இறுதியில்...

'என்னை வரவே கூடாதுன்னு சொல்ல அவனுக்கு எவ்வளவு தைரியம் இருக்கணும்' என்ற கோபம் எழ

அவசரமாக ட்ராவல்ஸுக்கு அழைத்து, கோவாவிற்கு டிக்கெட் புக் செய்தாள்.

உடனே அதை ரேவதியிடம் சொல்லிவிட அவருக்கு பரமதிருப்தி.

''நீ போயிட்டு வா. நான் கார்த்திக் கிட்ட எதுவும் சொல்ல மாட்டேன்'' என்று உறுதியளிக்க மறுநாள் புறப்பட்டு சென்று விட்டாள்.

கார்த்திக் அவனின் நண்பனின் கெஸ்ட் ஹௌசில் தங்குவது தான் வழக்கம் என்பதால், அந்த வீட்டின் முகவரியையும் ரேவதி கொடுத்திருந்தார்.

வீட்டை தேடி கண்டு பிடித்து அவள் சென்றடைய மதியம் ஆகிவிட்டது.

காலிங் பெல்லை அடித்தவள், கதவையும் சேர்த்து, மடமடவென்று தட்ட, குளித்துக் கொண்டிருந்த கார்த்திக், விடாமல் காலிங் பெல் அடிக்கப்பட அவசரமாக குளித்து விட்டு, யாரென்று உள்ளிருந்தே கேமராவில் பார்க்க, வெளியில் கனி நின்றிருந்தாள்.

சட்டென கதவை திறந்தவன், ''நீ எதுக்கு இங்க வந்த'' என்று திட்ட ஆரம்பிக்க..

''நீ எதுக்கு என்னை விட்டுட்டு வந்த. எல்லாரும் என்னை பாவமா பார்க்கறாங்க தெரியுமா'' என்று பதிலுக்கு அவளும் திட்டினாள்.

''மத்தவங்க என்ன நினைக்கிறாங்கன்னு மட்டும் கவலைப்படு. உன் மனசு என்ன சொல்லுதுன்னு

கேட்கவே கேட்காத'' என்று வழியை மறித்து அவளை திட்டிக் கொண்டிருக்க, அவனை இடித்துக் கொண்டு உள்ளே சென்றாள்.

''ஹப்பாடா'' என்று கொண்டு வந்திருந்த பேகை தூக்கி போட்டு விட்டு, சோபாவில் சாய்ந்தாள்.

அவன் அவளையே பார்த்துக் கொண்டிருக்க, ''ரொம்ப ஹாட்டா இருக்கு கார்த்திக் ஏதாவது கூலா குடிக்க கொண்டு வாயேன்'' என்றவள், அவனை பார்க்காமல் வேறு புறம் பார்த்துக் கொண்டு கேட்டாள்.

''உனக்கே இது ஓவரா தெரியலை. உனக்கு வேணும்னா நீயே போய் எடுத்து குடி'' என்றவன் அப்போது தான் தன்னை பார்ப்பதை அவள் தவிர்ப்பதை உணர்ந்தான்.

அவசரத்தில் சட்டை அணியாமல் வந்த மடத்தனத்தை நொந்து கொண்ட போதும், 'வெட்கபடுறாளோ' விபரீத ஆசை தோன்றிய நொடியில் அதை கேட்டும் விட்டான்.

அதற்கு அவள் பதில் சொல்லவிட்டாலும், நேரடியாக அவனை பார்த்த அவள் பார்வையில், 'இவளுக்காவது, வெட்கம் வர்றதாவது.. எனக்கு தான் அது நிறைய வரும் போலிருக்கு' நொந்து கொண்டாலும், அவளுக்கு குடிக்க தண்ணீரை எடுத்து கொடுத்து விட்டு, அவளது எதிரே அமர்ந்தான்.

பக்கத்தில் அமர்ந்தால், அவள் அவனை பார்க்
கிறாளா இல்லையா என்பதை தெளிவாக உணர
முடியாதில்லையா!!

''அப்புறம் எப்போ கிளம்பறதா இருக்க'' என்று
அவள் அமைதியை கலைத்தான்.

''நீ தான் எப்போ கிளம்பறன்னு சொல்லணும்.''

''இப்போவே கிளம்பலான்னு இருக்கேன். நீ
பொறுமையா இங்க தங்கிட்டு வா'' எனவும்
முறைத்தாள்.

''எதுக்கு இப்படி முறைக்கிற.''

''நீ செய்றது உனக்கே சரியா இருக்கா கார்த்திக்.
உன்னால எல்லார்கிட்டேயும் நான் பேச்சு வாங்கிட்டு
இருக்கேன். லவ் பண்ணி கல்யாணம் பண்ணேன்னு
எல்லார்கிட்டயும் சொல்லிட்டு இருக்க. எப்போவாவது
நானும் உன்னை லவ் பண்றேனான்னு கேட்டுருக்
கியா. அதையும் விடு. உன்னை நான் நினைச்சிட்டு
இருக்க மாதிரி ஏதாவது பண்ணி தான் இருக்கியா''
என்றதும் அவனுக்குள் உற்சாகம் பிறந்தது.

''அவ்வளவு தானே. நீ என்னையே நினைச்சிட்டு
இருக்க மாதிரி பண்றேன்'' என்றவன் அவள் அருகில்
வந்து கையை பிடிக்க, வெறுப்புடன் அவனது கையை
தட்டிவிட்டாள்.

''இத தவிர வேற எது செஞ்சாலும், நான் உன்னை
நினைக்க வைக்க முடியாதுன்னு எப்படி நீ யோசிக்
கலாம்'' என்று சண்டைக்கு வந்தாள்.

வேற என்ன செய்து அவளுக்கு தன்னை புரிய வைப்பது என்று அவனுக்கு தெரியவில்லை. அவளிடம் இல்லாத ஒன்றை கொடுத்து மனதில் இடம் பிடிக்கலாம் என்றால், அவளிடம் இல்லாத பொருள் இருப்பதாக தெரியவில்லை.

அவள் கஷ்டத்தில் இருந்தால், அவளுக்கு துணை யாக நின்று தன்னுடைய அன்பை புரியவைக்கலாம்.

இப்படி எதுவுமே இல்லையெனும் போது, தன் னுடைய காதலை எப்படி வெளிப்படுத்துவது என்பது அவனுக்கு புரியவில்லை.

ஆரம்பத்திலிருந்தே அவனுக்குள் இருக்கும் பெரும் பிரச்சனை இது தான். அவனுக்கு தன்னுடைய காதலை எப்படி வெளிப்படுத்துவது என்று தெரி யவேயில்லை.

என்னுடைய பிழையால் தான் அவள் என்னை உணராமல் போனாளா!!

அவன் தீவிரமாக யோசித்துக் கொண்டிருக்க, தன் மார்பில் பட்ட கண்ணீரால் சுயநினைவுக்கு வந்தான்.

"எதுக்கு அழற" பதறிப்போய் அவன் கேட்க,

"தெரியலை" என்றாள்.

அவள் கண்ணீரை துடைத்து விட்டவனுக்கும் சங்கடமாக இருக்க. வழிந்த கண்ணீரை துடைத்துக் கொண்டவள், "எனக்கு உன் மேல லவ்வே வரலை. ஏன் வரலை" என்று அவனையே கேள்வி கேட்டாள்.

அவள் பேசுவதே அவனுக்கு வலித்தது... பதில் பேச முடியவில்லை. அவளே தொடர்ந்தாள்.

"நீ என்னால தான் உடம்பை வருத்திக்கறேன்னு நினைச்சு எனக்கு ரொம்ப கஷ்டமா போச்சு. எல்லாரும் சொல்ற மாதிரி கல்யாணம் பண்ணிக்கிட்டா. மேல காதல் வந்துடும்னு நினைச்சேன். மஞ்சள் கயிறு மேஜிக் எல்லாம் வேலை செய்யும்னு நினைச்சா, ஒரு மண்ணும் வேலை செய்யலை... எனக்கு உன் மேல காதல் வரலை. வரவேயில்லை... முன்னாடியும் உன்னை கஷ்டப்படுத்தினேன். இப்போ கல்யாணம் பண்ணியும், உன்னை கஷ்டப்படுத்துறேன். நீ நெருங்கி வந்தா கூட எனக்கு பிடிக்கலை" என்று பேசிக் கொண்டிருக்கும் போதே மீண்டும் அழ ஆரம்பித் தாள்.

ஆனால் அவன் மேல் சாய்ந்து தான் அழுது கொண் டிருந்தாள்.

அவளுக்கு அவன் மேல் அன்பு இருக்கிறது. அது அவனுக்கும் தெரியும்.

உள்ளார்ந்த அன்பும், திருமண பந்தமும் மட்டும் இல்லற வாழ்க்கைக்கு போதாது.

அன்பு யாரிடம் வேண்டுமானாலும் தோன்றும். காதல் அப்படி தோன்றுவதில்லையே!!

அவளது பிரச்சனை அவனுக்கு தெளிவாக புரிந்தது. இனி என்ன செய்ய வேண்டும். யோசிக்க ஆரம்பித்தான்.

16

அதீத சிந்தனையுடன் மனைவியை அணைத்திருந்த கார்த்திக்கின் மனதில் இனி அவளுடன் அதிகமான நேரத்தை செலவிட வேண்டும் என்ற எண்ணம் மட்டும் உறுதிபெற்றது.

அவளது தலையில் தன் கன்னத்தை வைத்தான். ''ஊருக்கு கிளம்பலாமா'' என்றதும் அவனை தள்ளி விட்டு முறைத்து பார்த்தாள் அவளுடைய மனைவி.

''நான் இன்னும் இங்க வந்து ஒரு மணி நேரம் கூட ஆகலை. நீ வேணும்னே என்னை எரிச்சல் படுத்தாதே'' உச்சக்கட்ட கோபத்தில் அவள் கத்துவது அவனுக்கு நியாயமாகத்தான் தோன்றியது.

ஆனாலும் இன்று கிளம்ப அவன் முன்பே முடிவு செய்து வைத்திருந்தானே!!

''இங்க ரெண்டு நாள் வேலை தான் இருந்தது கனி. அதனால தான் உடம்பு சரியில்லாம இருக்க உன்னை தேவையில்லாம அலைக்கழிக்க வேண்டாம்னு கூட்டிட்டு வரலை. நீ என்கிட்ட இங்க வர்றதுக்கு முன்னாடி சொல்லியிருக்கலாம்'' என்றான்.

''இந்த காரணத்தை நீ முன்னாடியே சொல்லி யிருந்தா. நான் அங்கேயே இருந்திருப்பேனே. தேவையில்லாம ஏன் நீ என்னை கோபப்பட வைக்கிற.''

''தெரியல. ஆரம்பத்தில இருந்தே நான் உனக்காக பார்த்து செய்யறது. உன் மனசுக்கு எதிராதான் தெரியுது. அப்படி தெரிய வைச்ச. என் மேலையும் தப்பு இருக்குன்னு இப்போ தான் புரிஞ்சது. ஆனாலும் நாம இன்னைக்கே கிளம்ப வேண்டிய கட்டாயம். நாளைக்கு முக்கியமான மீட்டிங் இருக்கு'' பொறு மையா எடுத்து சொன்னான்.

''உன்னை தவிர உன் கம்பெனியில யாருமே வேலை செய்ய மாட்டாங்களா. நான் எல்லாம் எப்படி ப்ரீயா சுத்திட்டு இருக்கேன் பாரு.''

''உன்னோட அண்ணனும் தேன்மொழியும் எல் லாத்தையும் பார்த்துக்கறாங்க கனி. இங்க அப்படி யில்ல. அன்பும் இல்லாத நேரத்தில நான் தான் எல் லாத்தையும் பார்த்து ஆகணும். நிறைய புது ஆர்டர் வந்துட்டு இருக்கு. நம்ம மில் மட்டும் நான் பார்த் துக்கல. பிசினெஸ் பண்ணுற ஆர்வத்தில வர்ற இளை ஞர்களுக்கு தேவையான விஷயங்கள் எ டூ இசட் வரைக்கும் எல்லாத்தையும் கூடவே இருந்து செய்யற கன்சல்டன்சி நடத்திட்டு இருக்கேன். முதலீடே இல்லாம திறமையை மட்டும் நம்பி வர்றவங்களுக்கு என்னாலான உதவியை நான் செய்யறேன்.''

''நாளைக்கு மீட்டிங் இன்ஜினியரிங் படிச்ச ஒரு பையயன் கூட தான் ஏற்பாடு பண்ணியிருக்கேன். அவன் படிப்புக்கும் இறங்க நினைக்கிற தொழிலுக்கும் சம்மந்தமே இல்ல. அவங்க அம்மா அப்பா தறி மில் வைச்சு நடத்துறாங்க. அதில கொஞ்சம் நஷ்டம். அதை லாபகரமா மீட்டு அம்மா அப்பாவக்கு நிம் மதியா கொடுக்கணும்னு நினைக்கிறான்.''

''இந்த மாதிரி நிறைய பேர் நிறைய காரணங் களுக்காக என்னை தேடி வர்றாங்க... அதனால தான் பகல்ல அவங்க கூட நேரத்தை செலவிடறேன். நைட் நம்ம டெக்ஸ்டைல் மில் வொர்க் பார்க்கறேன்... நாம மட்டும் முன்னேறிட்டே இருந்தா. நமக்கு கீழே இருக்கவங்க எப்போ நிமிர்ந்து வானத்தை பார்க்க முடியும்''என்று இறுதியில் தத்துவம் பேச. அவனை பற்றிய மதிப்பு கொஞ்சம் கூடித்தான் போனது.

''நீயும் நல்லவன் தான் கார்த்திக். ஆனா நாளைக்கு மீட்டிங்காக இன்னைக்கு ஒரு மணிக்கே என்னை நீ கிளப்பறது சரியில்ல. எப்படியும் ஒரு ரெண்டு மணி நேரத்தில் வீட்டுக்கு போயிடலாம் தானே. அப்போ ஒரு ரெண்டு மணி நேரம் தான் ரெஸ்ட் எடுத்துட்டு வர்றேனே'' பாவமாக முகத்தை வைத்து அவள் கேட்ட போது, அதை அவன் ஏற்றுக்கொண்டிருந்தால் தான் ஆச்சர்யம்!!

அவனுக்கு நினைத்ததை நினைத்த நொடியில் முடிக்க வேண்டிய பொறுப்புணர்வு!!

அவளை பார்த்துக்கொண்டே போனை எடுத்து பேசியவன் அவளுக்கு டிக்கெட் புக் செய்ய முயற்சி செய்ய, அவர்களது அதிர்ஷ்டத்தினால் டிக்கெட் கிடைத்துவிட, ''நாம கிளம்பலாம்'' என்றவன் உடையை மாற்றிக் கொண்டு வெளியே வரும் வரை அவனை முறைத்துக்கொண்டு தான் இருந்தாள்.

''நீ ரெஸ்ட் எடுக்கறதை வீட்டுல போய் எடுத்துக்க. இப்போ கிளம்பலாம் வா'' என்று அவளை விடாப்பிடியாக இழுத்துக் கொண்டு போனவனிடம் ஏற்பட்ட கோபத்தை தங்களது வீட்டுக்கு திரும்பும் வரை மௌனம் என்ற ஆயுதத்தின் மூலமாக காட்டிக் கொண்டே இருந்தாள்.

வீட்டு கேட்டை காவலாளி திறந்து விடுவதை தன் அறையிலிருந்து பார்த்த ரேவதி அவசரமாக வெளியே வந்து பார்த்தார்.

காலையில் போன மருமகள் மாலையில் திரும்பி வந்து விட்டதால் அவருக்கு ஆச்சர்யம் தான்.

அதைவிட போன உடனேயே மகனை பேசி கரைத்து கையோடு அவள் இழுத்துக் கொண்டு வந்து விட்டாள் என்று பெருமையாக நினைத்துக் கொண் டார்.

இழுத்துக் கொண்டு வந்தது அவரது சீமந்த புத்திரன் தான் என்பது அவர் அறியாதது அல்லவா!!

இருவரும் ஒன்றாக வீட்டுக்குள் வர மருமகளின் முகத்தில் கோபத்தின் சாயலை கண்டு அவர்

கவலையுற்றால் தான் ஆச்சர்யம். அவளை அவர்
கண்ட நாளிலிருந்து அதைத்தானே பார்த்துக் கொண்
டிருக்கிறார். அதனால் என்ன ஏதென்று விளக்கம்
கேட்கவில்லை.

நலம் விசாரித்து விட்டு தன்னுடைய வேலைகளை
பார்க்க சென்று விட்டார்.

இருவரும் தங்களுடைய அறையில் தயாராகி
இரவு உணவுக்கு எட்டு மணிக்கே வந்து விட
இப்போது ரேவதியால் ஆச்சர்யப்படாமல் இருக்க
முடியவில்லை.

அவர்களுக்கு பரிமாற வரவும், ''நாங்களே பார்த்
துக்கறோம்மா. நீங்க போங்க'' என்று அனுப்பிவிட
இருவரும் ராசியாகி போனதாகவே அவர் நினைத்தார்.

அவள் அமைதியாக உணவை உண்டு முடித்து
அறைக்கு கிளம்ப, ''நாம வெளிய போகலாம்'' என்
றான்.

ஏற்கனவே கோபத்தில் இருந்தவள் அவன் கேட்
கவும், ''நான் வரலை'' என்று கோபமாக சொல்லி
விட்டு நகரப் பார்க்க அவளது கையை இறுக பிடித்து
வெளியே கூட்டிக் கொண்டு வந்தான்.

''எதுக்கு நீ என்னை கொடுமை பண்ணற'' என்று
கேட்டவள் அவனுடன் முடிந்த அளவு ஒன்ற வேண்
டும் என்ற நினைத்திருந்ததால், அவனை திட்டிக்
கொண்டே உடன் சென்றாள்.

அவர்களது வீட்டை சுற்றியுள்ள தோட்டத்திற்கு அழைத்து வந்தவன், ''இனிமேல் தினமும் ஒரு மணி நேரம் வாக்கிங் மாதிரி இங்க போகலாம். நம்ம ரெண்டு பேருமே மனம் விட்டு பேசியே ஆகணும். நீயும் நானும் கோவிந்த் கல்யாண நாள்ல இருந்து, நாம கடைசியா சண்டை போட்டது வரைக்கும் எல்லாத்தையும் மறந்துடலாம். அப்படி ஒரு விஷயம் நடக்கவே இல்லைன்னு நினைச்சுக்கலாம். Lets be friends'' என்று கை நீட்ட, அவளும் தன்னுடைய கையை அவனிடம் நீட்டினாள்.

இருவரும் பேசிக்கொண்டே நடக்க திடீரென்று, ''கார்த்திக்... கார்த்திக்'' என்று குரல் கேட்க, குரல் வந்த திசையை பார்த்த கனி ஆச்சர்யப்பட்டு தான் போனாள்.

கூண்டிலிருந்த கிளி அவனை அழைத்துக் கொண் டிருந்தது.

''நான் இங்க வந்ததில் இருந்து ஒரு முறை கூட பார்த்ததில்லையே'' என்றவள் அவன் கையை உதறிவிட்டு, கிளி இருந்த அறைக்கு கிட்டத்தட்ட ஓடி சென்றாள்.

இரண்டு ஜோடி கிளிகள் அந்த கூண்டில் இருக்க அதை ரசித்தவள், ''இதை பறக்க விட்டுடலாமே. பாவமா இருக்கு'' என்றாள்.

அவளை கனிவுடன் பார்த்தவன், ''நம்ம மனசுக்கு அமைதி வேணும் எனும் போது, சிலரோட சுதந்

திரத்தை பறிக்க வேண்டியதா இருக்கு. அப்படித்தான் இந்த கிளியும் கூண்டுக்குள்ள இருந்து ஆக வேண்டிய கட்டாயத்துல இருக்கு'' என்றான்.

'நீ சொன்னா நான் கேட்டுடுவேனா' என்ற ரீதியில் கூண்டை திறந்து விட அது பறக்காமல் அவளையே பார்த்துக் கொண்டிருந்தது.

கிளியை கையில் எடுக்க முயன்றாலும் அது சிக்கவில்லை...

''ஏன் இப்படி பண்ணுது'' சலித்துக்கொண்டவளாய் கார்த்திக்கிடமே வினவ,

''நான் தான் சொன்னேனே. நம்மளோட நிம்மதிக்காக சிலர் தங்களோட சுதந்திரத்தை வேண்டாம்னு சொல்லுவாங்கன்னு... அது போல தான் இந்த கிளியும்... அதுமட்டுமில்லாம அதுக்கு போகவும் வேற இடமில்ல... ஊருக்குள்ள மரம் இருந்தா அதுக்கு உணவு கிடைக்கும். இங்க இருந்து ஒரு ஐம்பது கிலோமீட்டர் வரைக்கும் மரம் இருக்குமா என்பதே சந்தேகம் தான்'' என்றான்.

''சில நேரங்கள்ல நீயும் ரொம்ப நல்லவனா தான் பேசற கார்த்திக். இந்த கிளிக்கு பேர் வைச்சிருக்கியா.''

''பத்து கிளி இருந்தா அடையாளம் தெரியறதுக்காக பேர் வைக்கலாம். இருக்கறதே ரெண்டு தான். இதுக்கு பேர் வைச்சு என்ன செய்ய போற.''

''என்னவோ செய்யறேன்... போ'' என்றவள்.

''நம்ம ரூம்க்கு இதை தூக்கிட்டு போவோமா'' என்று கேட்டாள்.

''யார் யார் எங்க இருக்கணுமோ. அங்க தான் இருக்கணும் கனி. தூரத்தில இருந்து பார்த்தா தான் சில விஷயங்கள் கண்ணுக்கு அழகா் தெரியும். அதனால இது இங்கயே இருக்கட்டும்.''

''நீ நிறைய தத்துவம் பேசற. அதுல பாதி எனக்கு புரியவே மாட்டேங்குது'' என்றவள்,

''என்னோட பேரையும் சொல்ல சொல்லு'' ஆசை யாக கேட்டாள்.

அவனுக்கும் இது தானே வாய்ப்பு!!

''என் பக்கத்தில நெருங்கி நின்னு. உன்னோட பேரை 2 முறை சொல்லு. திரும்ப சொல்லும்'' என்றான்.

''அதெல்லாம் முடியாது'' என்றவள் தள்ளி நின்றே... கனி சொல்லு. கனி சொல்லு'' என்றாள்.

அந்தி கிளி, ''யாரடி நீ மோகினி'' என்பது போல பார்த்துவைக்க, அவளை தன் பக்கம் இழுத்தவன் அவளது தோளை அழுந்த பிடித்துக் கொண்டு இரண்டு முறை அவளது பெயரை சொல்லி பழக்க, இந்த முறை அழகாக... ''கனி... கனி'' என்று கிளி பேசியது.

அதில் சொக்கிப் போனவளுக்கு, கணவன் அணைத்திருந்த பிடியில் சொக்கிப் போக வேண்டும்

என்பது தெரியாமல் போக, ஆர்வமாய் கிளியுடன் பேசிக் கொண்டிருந்தாள்.

மெல்ல மெல்ல தான் அவளை மாற்ற வேண்டும் என்று உணர்ந்தவன். அவளுடைய செயல்களுக்கு தடை விதிக்கவில்லை.

நீண்ட நேரம் நின்றதால் கால் வலிக்கவும், ''போக லாம் கார்த்திக். ரொம்ப கால் வலிக்குது'' என்றாள்.

''நான் தூக்கிட்டு போகட்டுமா'' என்று சாதாரண மாகத்தான் கேட்டான்.

அவளுக்கு நெஞ்சம் பதறினாலும், மற்றவர்களை போல நாமும் நன்றாக வாழ வேண்டும் என்ற எண் ணம் தலைதூக்க மறுக்காமல் ''சரி'' என்றாள்.

ஆசை கொண்ட அவன் மனதுக்கு கொண்டாட்ட மாக இருந்தாலும் வீட்டில் ஆள் இருப்பதை அறிவு உணர்த்த, உடனே அவர்கள் இந்நேரம் தூங்கி இருப்பார்கள் என்பதையும் சேர்த்து உணர்த்த ஆசை யோடு அவளை கையில் அள்ளிக்கொண்டான்.

அவனது தொடுகையை ஏற்க முயன்றாள். வெறுப்பு, அதிருப்தி போன்று ஏதும் இல்லையென் றாலும் ஓர் ஈடுபாடு வரவில்லை.

'எப்போது அவன் கையில் இருந்து இறங்குவோம்' என்ற நினைவை தவிர எதுவும் அவள் மனதில் இல்லை.

அவனுக்குள்ளே பெரும் போராட்டம். ஆசை கொண்ட நெஞ்சம் ஆயிரம் கற்பனைகளை உடனுக் குடனேயே செயல்படுத்த ஏங்கியது.

அவளுக்கு தன் மேல் காதல் என்ற உணர்வை வரவைக்காமல் அவசரப்பட்டு விட கூடாதென்று தனக்குத்தானே கட்டுப்பாட்டை விதிப்பதற்குள் பெரும் கஷ்டப்பட்டுவிட்டான் எனும் போது, அதை செயல்படுத்த எவ்வளவு கஷ்டப்பட்டிருப்பான் என்பதையும் சொல்லவும் வேண்டுமா!!

வீட்டிற்குள் நுழைந்த போது, அவன் எண்ணியது போல அனைவரும் தூங்கியிருக்க, தங்களது அறைக்கு சென்றவன் அவளை மனமில்லாமல் இறக்கிவிட, அவளோ அப்போது தான் நிம்மதி பெருமூச்சு விட்டாள்.

அவனுக்கு முகத்தை காட்டாமல் அவள் திரும்பி படுக்க, அவளது முகத்தை காணும் ஆவலில் நள்ளிரவு வரை விழித்திருந்தான் கார்த்திக் கவி செல்வன்.

17

படுக்கையில் புரண்டு படுத்த கார்த்திக். ஜன்னல் வழியே கனி யாருக்கோ பறக்கும் முத்தம் கொடுப்பதை கண்டு பதறி எழுந்தான்.

''யார் இருக்கா அங்க'' என்ற எண்ணம் மட்டும் சூழ்ந்திருக்க, பதறிப் போனவன் போர்வையை தூக்கி

வீசிவிட்டு அவளருகே சென்ற ஜன்னல் வழியே பார்க்க, அங்கே யாரும் இல்லை.

'ஒரு நிமிஷம் கலங்கடிச்சுட்டா' நொந்து கொண்டவனாய், ''யாரை பார்த்துட்டு இருக்க'' என்று கேட்டான்.

''நம்ம கிளியை தான். இங்க இருந்து நான் கை காமிக்கறது. அதுக்கு தெரியுது தெரியுமா... அதுவும் என்னை பார்த்துட்டு இருக்கு'' என்றதும் கடுப்பாகி விட்டான்.

'கட்டின புருஷனை கண்டுக்காம, கிளிக்கு முத்தம் கொடுத்துட்டு இருக்கா... இது எங்க போய் முடியுமா'' நொந்து கொண்டவன், அவளை எதுவும் சொல்லாமல் அலுவலகத்திற்கு கிளம்ப சென்றான்.

அவன் திரும்பி வரும் வரையில் அவள் அங்கேயே நின்றிருக்க, ''உனக்கு ஆபீஸ் போகணும்னு எண்ணமே இல்லையா'' என்றான்.

''இல்லையே'' விளையாட்டாக சொன்னவள், வெளியே வேடிக்கை பார்க்க,

''அடுத்தவங்க தலையில நம்ம பொறுப்பை என்னைக்குமே ஒப்படைக்கக் கூடாது. முதல்ல ஆபீஸுக்கு கிளம்பு'' என்று விரட்டினான்.

''தேனு பார்த்துக்குவா.''

''அப்போ நீ எதுக்கு சேனலோட பொறுப்பை ஏத்துக்கிட்ட.''

"ஒரு எக்ஸ்பீரியன்சுக்கு தான். எனக்கு இந்த டெக்டைல் பிசினெஸ் எல்லாம் சரி வராது. என்னோட கனவே வேற... அதனால நான் இந்த சேனலை அப்படியே தேனு பேர்ல மாத்திடலாம்னு இருக்கேன்" என்றாள்.

"அந்த பொண்ணு பாவம் கனி. எல்லா பொறுப் பையும் அவளே பார்த்துக்கறா."

"அவளுக்கு அந்த அளவுக்கு திறமை இருக்கு கார்த்திக். ஒரே நேரத்தில பத்து வேலையை அசால்ட்டா செஞ்சு முடிச்சிட்டு வேற வேலையை பார்க்க போயிட்டே இருப்பா... யாரையும் பார்த்த உடனே அவங்களை பத்தி கணித்து சொல்ற திறமை அவளுக்கு இருக்கு. உன்னைக் கூட போட்டோல பார்த்த உடனே. நீ ரொம்ப வில்லங்கமான ஆளுன்னு சொல்லிட்டான்னா பாரேன்" என்று முகத்தில் அபி நயத்துடன் சொன்னாள்.

"நான் வில்லங்கமான ஆளுன்னு தெரிஞ்சும் என்னை கல்யாணம் பண்ணிக்கிட்ட நீயும் அப்படித் தானே இருப்ப" என்று ஒரு பேச்சுக்கு தான் சொன் னான்.

"அது உண்மைன்னு உன்னோட போட்டோவை உடைச்ச அன்னைக்கு தான் கார்த்திக் உணர்ந்தேன். எனக்குள்ள ஒரு ராட்சசி ஒளிஞ்சு இருக்கறதை அன்னைக்கு தான் தெரிஞ்சுக்கிட்டேன். அன்னைக்கு ரியலில ரொம்ப மோசமா நடந்துக்கிட்டேன்... REALLY SORRY" என்று மன்னிப்பு கேட்டாள்.

‘‘உன்னோட கோபத்தை என்கிட்டே தான காட்டின. அதனால ஒண்ணும் தப்பு இல்லை’’ என்று அவள் மனம் வருந்துவது பொறுக்காமல் சமதானம் செய்தான்.

அவளும் புரிந்தவளாக, ‘‘எனக்குள்ள இருக்கற வில்லத்தனத்தை உன்னால தான் வெளிக் கொண்டு வர முடிந்தது. அதுக்காகவே உன்னை பாராட்டலாம்’’ என்ற போது சிரித்தே விட்டான்.

‘‘எல்லாரும் மனைவிகிட்ட இருக்க திறமையை வெளிக்கொண்டு வருவாங்கன்னு கேள்விப்பட்டிருக்கேன். நான் மட்டும் தான் கொஞ்சம் வித்தியாசமா உன்னோட வில்லத்தனத்தை வெளியே கொண்டு வந்திருக்கேன். நீ சொல்ற மாதிரி, நானும் திறமைசாலி தான்...’’ என்று தன்னைத்தானே பெருமை பேசிக்கொண்டான்.

‘‘தற்பெருமை ஆகாது. எனக்கு வேலைக்கு போற ஐடியா சுத்தமா கிடையாது. இன்னைக்கு சாயந்திரம் ஒரு ப்ரோக்ராம் வைச்சிருக்கேன். மறக்காம நேரத்துல வந்துடு’’ என்று ஆர்டர் போட்டாள்.

‘‘என்ன ப்ரோகிராம்.’’

‘‘நீ சரியான நேரத்துக்கு வந்தா சொல்றேன்.’’

‘‘நான் வரணும்னா. நீ கொஞ்ச நேரமாவது சேனல் பக்கமா போயிட்ட வா’’ என்றான்.

‘‘நீ இவ்வளவு கட்டாயப்படுத்துறதினால நான் உனக்கும் மட்டும் ஒரு ரகசியத்தை சொல்றேன்.

யார்கிட்டயும் சொல்லாத" என்று சீரியசாக ஆரம்பித்
தாள்.

"எனக்கு மக்கள் மத்தியில் விழிப்புணர்வு
கொண்டு வர்ற சேனல் நடத்தணும்னு ரொம்ப ஆசை.
நுகர்வோர் வாங்கற பொருட்களோட தரத்தை
அப்பட்டமா மீடியால வெளிக்கொண்டு வரணும்னு
நினைக்கிறேன்."

"இது எல்லாம் நடக்கற காரியமா."

"இப்படி இளைய சமுதாயம் நினைக்கிறதுனால
தான் இன்னும் நம்ம நாடு முழு வளர்ச்சி நிலையை
எட்டாம இருக்குது. நாம சாப்பிடற சாப்பாட்டுல
எவ்வளவு விஷத்தன்மை இருக்குன்னு தெரியுமா.
சுத்தமான காய்கறிகள்னு சொல்லிக்கறோம். வீட்டுல
வளர்த்து தான் உபயோகிக்கறோம். இயற்கை
உரமான சாணம் தான் பயன்படுத்தறோம்னு வெளில
சொல்லிக்கறோம். ஆனால் அந்த சாணத்தில கூட
ரெண்டு நாள்ல எவ்வளவு கிருமிகள் பெருகும்னு
யாருக்காவது தெரியுதா... நம்ம முன்னோர்கள்
வளர்த்த கால்நடைகளை இப்போ யாரும் வளர்க்கறது
கிடையாது..."

"ஐம்பது வருஷத்துக்கு முன்னாடி வெளிநாட்டுல
இருந்து கொண்டு வந்த மாட்டை தான் நாம இப்போ
தமிழர்களோட அடையாளமா காணறோம். இதுக்கு
பின்னாடி இருந்த சூழ்ச்சி, தந்திரம் யாருக்காவது
தெரியுமா..."

''ட்ராக்டர் கொண்டு வந்து காளைகளோட எண்ணிக்கையை குறைச்சதுக்கு பின்னாடி இருக்க விஷயம் என்னன்னு யாருக்குமே தெரியறதில்ல...''

''ஒண்ணுக்கு ரெண்டா மகசூல் தருதுன்னு செயற்கை விதைகளையும், செயற்கை உரங் களையும் பயன்படுத்தி அடுத்த தலைமுறை நம்ம நிலங்களை பயன்படுத்த முடியாம பண்ணறதுக்கான வேலைல இறங்கியிருக்க, சிலரோட தனிப்பட்ட தந்திரத்தை யாராலும் உணர முடியுமா.''

''ப்ரஸ்க்ரிப்ஷன் இல்லாம வெளிநாட்டுல எல்லாம் மருந்தே தர மாட்டாங்க. ஆனா நம்ம நாட்டுல தலைவலி காய்ச்சல்னு சொன்ன உடனே மெடிக்கல்ல ஏதோ ஒரு மாத்திரையை தூக்கி கொடுத்தடறாங்க. எத்தனை பேருக்கு அந்த மருந்துகளை பயன்படுத்தி, நாமளும் ஒரு விலங்கினதுக்கு ஈடாக ஆக்கப்பட றோம்னு புரியுது. பொதுவா மருந்துகளை விலங்கு களுக்கு கொடுத்து டெஸ்ட் பண்றது தான் வழக்கம். அப்போ இந்தியர்களும் என்ன விலங்குகளா.. நம்மளை வைச்சு டெஸ்ட் பண்றாங்கன்னு நிறைய பேருக்கு தெரிய மாட்டேங்குது... இதெல்லாம் எதனால... போதிய விழிப்புணர்வ யார்கிட்டயும் இல்ல...''

''நாம யூஸ் பண்ற பேஸ்ட் இயற்கையானதா இல்லை செயற்கை முறைல தயாரிக்கப்பட்டதான்னு யாருக்கு தெரியும். படிச்சு பட்டம் வாங்கினவனுக்கு கூட அந்த பேஸ்ட்ல இருக்க கலர் கலரான

கோடுகளோட அர்த்தத்தை உணர தெரியாது. அந்த அளவில நாம இருக்கோம்.''

''யாரோ ஒரு செலபிரிட்டி வந்து நடிக்கறாங்கன்னு பார்த்து பொருளை வாங்கிடறாங்க. ஆனா அவங்க வீட்டு நாய்க்கு கூட அந்த பொருளை உபயோகிக்க மாட்டாங்கன்னு எத்தனை பேருக்கு தெரியுது...''

''இந்தியாவில இருந்து குறைந்த விலைக்கு ஏற்றுமதியாகற தரமான பொருள் வெளிநாட்டுல பத்து மடங்கு அதிகமா விற்குது. அதே இந்தியாவில இறக்குமதி ஆகற தரமற்ற பொருட்கள் அதிகமான விலைக்கு விற்கபடுது. இன்னும் இந்த மாதிரி நிறைய சொல்லிட்டே போகலாம்...''

''இதுக்கெல்லாம் காரணம் வியாபார தந்திரம்னு நினைக்கலாம். அப்படி இல்லவே இல்லை. முன்னாடி காலத்தில போர் முறையில ஒரு நாட்டை அடிமை படுத்தினான். இப்போ இந்த மாதிரி பொருட்கள் மூலமா நம்மை அடிமைபடுத்த நினைக்கறாங்க... இதெல்லாம் யார் வெறிக்கொண்டு வர்றது...''

''மண்ணுல விதைக்கப்படற விதைகள்ல இருந்து விண்ணுல இருந்து பொழிய மழை வரைக்கும் எல்லாத்திலேயும் கலப்படம் இருக்க தான் செய்யுது. என்னால முடிஞ்ச வரைக்கும் இதை வெளிக் கொண்டு வர நினைக்கிறேன்...'' என்ற போது ஒரு விதமான ஆச்சர்யத்துடன் தான் பார்த்தான்.

தேவையில்லாமல் தன்னுடன் சண்டை போட்டு, காதலிக்க மாட்டேன் என்று அடம் பிடித்து

சிறுபிள்ளை போல நடந்துகொள்ளும் கனியை மட்டுமே அவனுக்கு தெரியும். அவளது கனவு அவளை பற்றிய எண்ணத்தை உயர்த்திக் காட்டியது.

அவன் நல்ல விதமாக நினைத்துக் கொண்டிருக்க அவளோ, ''எனக்கு வர போற கணவன் லா படிச்சிருக்கணும்னு ஆசைப்பட்டேன்'' என்று குண்டை தூக்கிப் போட்டாள்.

தன்னை முறைப்பதை உணர்ந்தவள், ''நான் செய்யப் போற விஷயங்களுக்கு எனக்கு ஒரு வழி காட்டியா என் கணவன் இருக்க முடியும்னு நினைச்சேன்... அதனால தான் என்னோட எதிர்பார்ப்புகள் நிறைவேறாம போன போது ரொம்ப உணர்ச்சி வசப்பட்டு உன்னை காயப்படுத்திட்டேன்.''

''எனக்குள்ள ஒரு ஆசை இருந்தது. நீ அன்னைக்கு அப்படி செய்யாம, நேரடியா கேட்டிருந்தா நான் பல விதத்தில் யோசிச்சு உனக்கு சாதகமான பதிலையே சொல்லியிருப்பேன். நீ அவசரப்படவும் நானும் அவசரப்பட்டு உன் மேல கொஞ்சமே கொஞ்சம் கோபத்தை வளர்த்துக்கிட்டேன்...'' என்று அவளது நடவடிக்கைகளுக்கான காரணத்தை சொன்னாள்.

''புரியுது. நீ ஏன் ஒரு அட்வகேட் தான் கணவனா வரணும்னு ஆசைப்பட்ட... நீ எந்த விஷயத்திலும் மாட்டிக்க கூடாதுன்னா..''

''நிறைய எதிரிகளை எதிர்கொள்ள வேண்டி வரும்னு தெரியும். எந்த நேரத்திலேயும் நான்

தன்னம்பிக்கை இழந்திட கூடாதுன்னு நினைச்சேன். அதே நேரத்தில யாரையும் சின்ன நூலிலைல கூட தப்பிக்க விடக் கூடாதுன்னு தான். ஒரு பெரிய அட்வ கேட் எனக்கு கணவனா வரணும்னு ஆசைப்பட்டேன்.''

''இப்போ அந்த ஆசை நிறைவேறலையே. என்ன செய்யறதா இருக்க.''

''ஆசையை மறக்க என்னால முடியும். மீடியால ஒரு மாற்றத்தை கொண்டு வரணும் என்பது என் னுடைய கனவு. கனவை மறக்க முடியாது. ஆசையை மறக்க முடியும்'' என்றாள்.

''நீ ஒரு ஆள் நினைச்சா மட்டும் முடியும்னு நினைக் கிறியா.''

''மாற்றத்தை கொண்டு வர்றதுக்கான முதல் படி என்கிட்டே ஆரம்பிச்சா... நிச்சயம் இரண்டாவது படில கால் வைக்கணும்.. அதுக்கான வேலைல இறங் கணும்னு யாருக்காவது தோணும்'' என்று தன்னம்பிக் கையுடன் சொன்னாள்.

அவளுடைய தன்னம்பிக்கையை மதித்தவன், ''என்னால முடிஞ்ச உதவியை நான் பண்ண தயாரா இருக்கேன். ஆனா உன்கிட்ட பேச்சு மட்டும் தான் இருக்கு. செயலை காணோமே'' என்றான்.

''குடும்ப வாழ்க்கையில ஜெயிக்க முடியாம, சமூ கத்துக்கு விழிப்புணர்வு கொண்டு வர்றேன்னு மேடை பிரச்சாரம் பண்ணுற அளவுக்கு நான் முட் டாள் இல்ல'' என்றாள்.

அவள் சொன்னதுக்கு பின்னே உள்ளே வலியை அவன் உணர்ந்தான்.

குடும்ப வாழ்க்கையில் தோற்றுப் போய்விடுவோமோ என்ற பயம் அவளிடம் இருப்பதை முழுவதுமாக உணர்ந்தான். அப்படி அவளை இனியும் நினைக்க வைத்தால், கணவனாக, தான் தானே தோற்றுப் போய்விட்டதாக அர்த்தம்.

எதிலும் வெற்றி பெற்று பழக்கப்பட்டவனாயிற்றே. இதிலும் வெற்றி பெற முடியும் என்ற நம்பிக்கையில், வார்த்தையில் பதிலை சொல்லாமல், கண்களில் சொல்லிவிட்டு வேலைக்கு கிளம்பினான்.

அவன் சென்ற பின் மாமியாரிடம் கதை பேச சென்றாள்.

அவரோ தன்னருகில் வந்த மருமகளிடம் டிவியில் படத்தை பார்த்துக் கொண்டு, ''இந்த மருதாணி வைக்கிற பழக்கம் உனக்கு இருக்கா'' என்று கேட்டார்.

அவர் கேட்க வருவதன் அர்த்தத்தை உணர்ந்து, ''இல்லத்தை'' என்றாள்.

''இன்னைக்கு ஒரு நாளைக்கு நீ வைச்சுத்தான் பாரேன். உன் புருஷன் மேல நீ எவ்வளவு பாசம் வைச்சிருக்கேன்னு நானும் தெரிஞ்சுக்கறேன்'' என்றவர் உடனயே மருதாணியை பறித்து வந்து, அதை அரைத்து அவள் கையில் கொடுத்தார்.

"நேரம் கிடைக்கும் போது இன்னைக்கு வைச்சுக்க..." என்று சொல்லிவிட, பரிதாபமாக பார்த்தவள் சரியென்று தலையாட்டினாள்.

அவள் வர சொன்னதற்காக கார்த்திக் மாலையில் நேரமாக வந்துவிட, அவனை கண்டதும் அவளுக் குள் ஓர் திடீர் யோசனை.

'எனக்கு தான் இவன் மேல காதல் வரலையே. இவனுக்கு நிறைய இருக்குமே. செக் பண்ணி பார்த் துடலாம்' என்றவள் அவனை பாசமாக அழைத்து தங்களது படுக்கையில் அமர வைத்துக் கொண்டாள்.

'நேற்று இல்லாத மாற்றம் என்னது' என்று கார்த்திக் உள்ளுக்குள் சிச்சுவேஷன் பாட்டை எடுத்து விட, அவனது மனைவியோ கையில் மறைத்து வைத்திருந்த மருதாணியை எடுத்தாள்.

அதை கண்டதும், "நீ வைச்சுக்கப் போறியா... நான் வேணா ஹெல்ப் பண்ணட்டுமா" ஆசையுடன் கேட்டவனிடம், "அதெல்லாம் தேவையில்ல" என்று சொல்ல, அவன் முகமோ சுருங்கிவிட்டது.

அதை கண்டுகொள்ளாமல், "மனைவி மட்டும் தான் கணவன் மேல இருக்க காதலை நிரூபிக்க மருதாணி வைச்சுக்கணுமா என்ன" என்று சொல்ல அவள் செய்யப் போவதை உணர்ந்தவன்.

"நோ" என்று அலறி படுக்கையை விட்டு துள்ளிக் குதித்து இறங்கி ஓடினான்.

''எங்க போனாலும் விட மாட்டேன்'' என்று மிரட்டியவள் அவன் பின்னே ஓட, மனைவியிடம் வேண்டும் என்றே தோற்றுப் போனவன்.

''ஆபீஸ்ல எல்லாரும் ஒரு மாதிரி பார்ப்பாங்க கனி'' என்று கெஞ்சினான்.

''யாரும் கேட்டா. என் பொண்டாட்டி வைச்சுவிட்டான்னு தைரியமா சொல்லு. எவன் மீறி எதுவும் கேட்கறான்னு பார்க்கறேன்'' என்றவள்.

அவனது வலது கையில் மருதாணியை வட்டமாக வைத்து விட்டு, விரல்களிலும் வைத்து விட்டாள்.

'என்ன கொடுமை கார்த்திக்' என்று நொந்து கொண்டாலும், அடுத்து நடக்கப் போகிற செல்ல விளையாட்டுக்களை நினைத்து மனம் குதூகலித்தது.

அவனது கையில் மருதாணியை வைத்து முடித்த பிறகே இன்று வெளியே போக நினைத்திருந்தது கனிக்கு நினைவுக்கு வர,

''இன்னைக்கு கிரிக்கெட் மேட்ச் நடக்குது கார்த்திக்... அவசரப்பட்டு உனக்கு வைச்சுவிட்டுட் டேனே. இனி எப்படி போக முடியும். டிக்கெட் எல்லாம் வாங்கி வைச்சுட்டேன்'' சோகமாக கேட்ட வளை சமாதானப்படுத்தும் விதமாக.

''இப்போ எல்லாம் ஸ்டேடியத்துல போய்ப் பார்த்தா ஒரு ஆர்வமே வர மாட்டேங்குது கனி. இதே வீட்டுல டிவில லைவா பார்க்கும் போது எவ்வளவு சந் தோஷமா இருக்குது தெரியுமா'' என்று சொல்லவும்.

"அதுவும் சரி தான்" என்று சம்மதித்தாள்.

டிவியை ஆன் செய்தவள், "ஸ்நேக்ஸ் எடுத்துட்டு வரேன்" என்று ஓடிப் போனாள்.

சமையலறையில் இருந்த ரேவதி அவள் கை ஆரஞ்சு வண்ணத்தில் இருக்க, "மருதாணி வைக்க தானே சொன்னேன். கை முழுக்க எடுத்து தடவிக் கிட்டியா" என்று அவளுக்கு கையில் வைக்கக் கூட தெரியவில்லை என்று எண்ணி கேட்க...

"அது... அது வந்து அத்தை..." என்று இழுக்க...

"வந்துட்ட.... அப்புறம் என்ன" என்று கேட்டார்.

"அவருக்கு... அவருக்கு மருதாணி வைக்க ஆசையா இருந்துதுன்னு சொன்னதினால, நான் இருந்ததை எல்லாம் அவருக்கு வைச்சுவிட்டேன்" என்றதை கேட்டதும் அவருக்கு சிரிப்பு வந்து விட, அதை கேட்டுக் கொண்டிருந்த கைலாசமும் சத்த மில்லாமல் சிரித்து விட்டு தன்னுடைய அறைக்குள் போய்விட்டார்.

மனைவியை காணோமென்று கீழே வந்தவன், அவள் இப்படி அநியாயத்துக்கு பொய் பேசுவதை கண்டு வந்த தடம் தெரியாமல் அறைக்குள் போய் புகுந்து கொண்டான்.

கையில் தட்டுடன் அவன் பக்கத்தில் அமர்ந்த வளிடம், "ஏன் பொய் சொன்ன" என்று கேட்டான்.

"மாமியார்கிட்ட மருமக சொல்ற பொய் ரொம்ப அழகானது" என்றதும் காலையில் பொறுப்புடன்

பேசியவளா இவள் என்று அவனுக்கு சந்தேகமே
வந்து விட்டது.

அதை அவளிடம் கேட்டும் விட, ''எப்பவும் ஒரே
சிந்தனையோட இருக்கறதுக்கு நான் ஒண்ணும் புத்தர்
இல்ல'' என்றதும் வாயை அடக்கிக்கொண்டான்.

மேட்ச் ஆரம்பத்தில் இருந்து இருவரும் பேசிக்
கொள்ளவே இல்லை... திடீரென்று விசில் சத்தம்
கேட்க, மனைவியிடம் பார்வையை திருப்ப அவளோ
அசடு வழிந்தாள்.

''என்னோட தல சிக்சர் அடிக்கவும், ஓவர் எக்சைட்
மென்ட் ஆகிட்டேன்'' என்றாள்.

ஒன்றும் சொல்லாமல் சிரித்து விட்டு அவன்
டிவியில் பார்வையை பதிக்க, இந்தியா ஜெயிக்க
இரண்டு ரன்கள் மட்டுமே தேவைப்பட்ட நிலையில்
அவர்களிடம் கடைசி ஓவரில் ஒரு பந்து மட்டுமே
மிச்சமிருக்க, கனிக்கு தன்னுடைய இதய துடிப்பு
வெளியே கேட்பதை உணர முடிந்தது.

கடைசி பாலை வீசவும் தலையணையை கொண்டு
காதை மூடிக்கொண்டவள் முகத்தை அவன் மார்பில்
பதித்துக் கொண்டாள்.

'என்னை இம்சை பண்றதையே பிழைப்பா வைச்
சிருக்கா'' வழக்கம் போல நொந்து கொண்டாலும்
இடது கையால் அவளை அணைத்துக் கொண்டான்.

இந்தியா நான்கு ரன்கள் வித்தியாசத்தில் ஜெயித்து
விடவும் அவளது தலையணையை காதிலிருந்து

எடுத்துவிட்டு, ''வின் பண்ணிட்டோம்'' என்று சொல்லவும் தான் நிம்மித பெருமூச்சே விட்டாள்.

''ஹப்பா'' என்றவள் அவன் கன்னத்தில் இதழ் பதித்து விட்டு நகர போக,

''என்ன செய்தேன்னு தெரிஞ்சு தான் செய்யறியா கனி'' என்றவன் கன்னத்தில் பதிந்திருந்த எச்சிலை துடைத்துவிட்டு கேட்க,

''எப்பவும் என் கூட தேனோ, இல்ல மணியோ இருப்பாங்க... அதே நினைப்பில் அப்படி பண்ணிட்டேன்... இனி இப்படி செய்ய மாட்டேன்'' என்று உறுதி வேறு கொடுத்தாள்.

பொறுக்குமா அவன் நெஞ்சம்!!

''எனக்கு மட்டும் கொடுத்தா தப்பில்ல. இனி அவங்க எல்லாரும் உனக்கு அடுத்தவங்க தான்'' என்று புத்திமதி வேறு சொன்னான்.

''சரி'' என்று நல்லபிள்ளையாக கேட்டுக்கொண்டாள்.

அவளுக்கு தயக்கமோ நடுக்கமோ, தான் செய்தது தவறோ என்ற எண்ணமெல்லாம் வரவில்லை.

அவள் கதவருகில் சென்ற போது, ''உனக்கு வேற எதுவும் தோணலையா'' என்று கேட்டான்.

''தெரியாம கொடுத்துட்டேன். ஆனா கொடுத்த துக்காக வருத்தம் இல்ல'' என்றவள் கீழே சென்று விட, அவன் பின்னே ஆயிரம் தேவதைகள் பிஜிஎம் இசைத்து, பாட்டுப் பாடாத குறை தான்.

இரவு உணவுக்கு அவனை அழைக்கவும், ''எப்படி மருதாணி வைச்ச கையில சாப்பிடறது'' என்று பாவமாக கேட்க, ''நான் இங்க எடுத்துட்டு வர்றேன்'' என்று சொல்லிவிட்டு கீழே செல்ல, இப்போ அவ னுக்கு பின்னே வயலின் வாசிக்கும் சத்தம் கேட்கவே செய்தது.

அதுவும் அவள், அவளுக்கான உணவையும் சேர்த்து எடுத்துக்கொண்டு வந்த போது ஒரே ஒரு தட்டு எடுத்துக் கொண்டு வந்திருக்க, இளையராஜா அவனுக்கென தனி மெட்டுப் போட்டு பாட்டுப் பாடுவதாகவே உணர்ந்தான்.

''உனக்கு தட்டு எடுத்துட்டு வரலையா'' அப்பாவி போல் கேட்க...

''உங்கம்மா இருக்காங்களே.... உங்கம்மா'' என்று நீட்டி முழங்கிவயள்...

''புருஷன் சாப்பிட்ட தட்டுல பொண்டாட்டி சாப் பிட்டா ஏற்படற நன்மைகள் என்னன்னு. இன்டர் நெட்ல பார்த்து இவ்வளவு நேரம் லெக்சர் எடுத் தாங்க...'' என்றாள்.

''அப்படி என்ன தான் சொன்னாங்க'' தெரிந்து கொள்ளும் ஆவலில் கேட்க,

''ம்ம்... பிறக்க போற குழந்தைக்கு கணவனோட எச்சில்ல இருக்க ஜீன் பொண்டாட்டி மூலமா போய் சேருமாம்... குழந்தைக்கு அப்பாவோட ஜீன் இருக் குன்னாலும், இப்படி எச்சிலை சாப்பிடறதுனால...

அப்பபடியே லேட்டஸ்டா அப்டேட் ஆகிட்டே இருக்குமாம். இன்னும் என்னவென்னவோ சொன்னாங்க. அதையெல்லாம் கேட்கறதுக்கு முன்னாடி எனக்கு டவுட் வந்துச்சு'' என்றவள்,

''இந்த தட்ட பிடி... நான் மாமாகிட்ட கேட்டுட்டு வர்றேன். அத்தை மட்டும் சாப்பிட்டு இருப்பாங்களா'' என்று வில்லில் இருந்து புறப்படும் அம்பாக கிளம்ப. அவளை சமாதானப்படுத்துவதற்குள் அவனுக்கு ஏசியிலும் வேர்த்து விட்டது.

அம்மா இருவரையும் சேர்க்கும் முயற்சியில் இப்படி சின்ன சின்ன விஷயங்களை செய்கிறார் என்று அவனுக்கு புரிந்து போனது.

அவள் சமாதானமாகிவிட்டாலும், ஒவ்வொரு வாய் உணவை ஊட்டும் போதும், அவனது வாயை இடிக்காத குறையாக ஊட்டினாள்.

அதையும் ரசிக்கவே செய்தான்... கிடைத்திருக்கும் அரிய வாய்ப்பு... தவறவிடுவானா!!

சிறிது நேரத்தில் பேச்சு கொடுத்துக்கொண்டே அவளையும் உண்ண செய்து விட்டான். அதை நேரம் கழித்தே உணர்ந்தாலும் அவள் கண்டுகொள்ளவில்ல.

அடுத்த இரண்டு மணி நேரத்தில் அவளே தண்ணீரைக் கொண்டு வந்து அவனது கையை கழுவி விட, முதலில் உள்ளங்கையில் இருந்த மருதாணியை எடுக்க... அங்கே சிவப்பு வண்ணம் இல்லாமல் ஆரஞ்சு வண்ணம் இருந்தது.

அதில் அவளுக்கு கோபம் வந்து விட, ''அப்போ நீ லவ் பண்றேன்னு எல்லார்கிட்டயும் பொய் சொல்லி சீன் போட்டுட்டு இருக்கியா'' என்று உக்கிரமாக கேட்டாள்.

அவனோ பரிதாபமாக விழித்தான்!!

அதே நேரத்தில் அவன் விரலிலிருந்து மருதாணி காய்ந்து போய் அதுவாகவே உதிர்ந்து கார்த்திக்கை காப்பாற்றியது.

விரலில் மட்டும் சிவந்து, உள்ளங்கையில் சிவக் காமல் இருக்க, ''உனக்கு ஏன் இப்படி இருக்கு. நீ லவ் பண்ற அளவை நான் எப்படி தெரிஞ்சுக்கறது'' என்று கேட்டவளை பார்த்து மென்னகை புரிந்தான்.

''என்னோட காதலோட அளவை காட்ட இதவிட பெஸ்ட் வழி என்கிட்டே இருக்கு. நான் சொல்லித்தர தயார் தான். அதை செயல்படுத்த நீ தான் தயாரா இல்லை'' என்று சொல்ல அவனை விளங்காத பார்வை ஒன்று பார்த்து விட்டு கொண்டு வந்திருந்த நீரை எடுத்து ஊற்றிவிட்டு சத்தமில்லாமல் படுத்துக் கொண்டாள்.

அவனுக்கு இன்று வருத்தமில்லை. இன்று நடந்த நிகழ்ச்சிகள் அவனுக்குள் உற்சாகத்தை ஏற்படுத்தி யிருந்தது. மனைவியின் முகத்தை காணும் ஆவலை விட, அவள் தன்னருகில் இருப்பதை உணர்த்தும் அவளது மணத்தை உணர தொடங்கினான். நிம்மதி யாக தூங்கியும் விட்டான்.

18

அன்றைய தினம் கார்த்திக்கிற்கு சோம்பேறித் தனமாக இருந்ததால் இன்று அலுவலகத்திற்கு வர முடியாது என்று மேனேஜரிடம் சொல்லிக் கொண் டிருந்தான்.

அப்போது பார்த்த கையில் நிறைய உடைகளை அள்ளிக்கொண்டு வந்து அவன் முன்னே போட்டாள் கனி.

"என்ன இது" பார்வையாலேயே கேட்டவனிடம்,

"அடுத்த வாரம் முக்கியமான ஒரு நாள் வருது. என்ன நாள்னு சொல்லு பார்க்கலாம்" ஆர்வமாக கேட்டவளுக்கான பதில் அவனிடம் இல்லை.

"தெரிலையே."

"என்னோட பிறந்தநாளை கூட நியாபகமில்லாத நீயெல்லாம் என்ன புருஷன்" என்று அவள் கொதிக்க,

"இந்த மாதிரியான விசயங்களை என்கிட்ட நீ எதிர்பார்க்கவே கூடாது" என்றதும் கோபித்துக் கொண்டு போய்விட்டாள்.

'சின்ன விஷயத்துக்கெல்லாம் அடம்பிடிச்சா என்ன பண்ணுறது' எரிச்சலை வெளியில் காட்ட

வழியில்லாமல் அறைக்குள்ளேயே அமர்ந்து கொண்டான்.

சிறிது நேரத்தில் எதுவுமே நடவாதது போல அவனிடம் வந்த கனி, ''எங்க மூணு பேரோட பிறந்த நாள் அன்னைக்கு எல்லாரும் ஆதரவற்ற குழந்தைகள் இல்லம் போவோம். இந்த முறை உன்னையும் அப்பா வர சொன்னாங்க.''

''எதுக்கு'' என்றவனை வித்தியாசமாக பார்த்தாள்.

அவன் மீண்டும், ''எதுக்கு'' என்று கேட்கவும்,

''அவங்க கூட டைம் ஸ்பென்ட் பண்றதுக்காக தான்'' என்றாள்.

''எப்படி டைம் ஸ்பென்ட் பண்ணுவீங்க. அந்த ஒரு நாள் மட்டும் அவங்க கூட உட்கார்ந்து சாப்பிடறது. அப்புறம் ஸ்வீட் பாக்ஸ் எடுத்து குழந்தைகளை லைனா நிற்க வைச்சு கொடுக்கறத தானே பண்ண போறே...''

''அந்த ஒரு நாள் மட்டும் அப்படி என்ன பெரிய ஸ்பெஷல். எப்ப்வும் போல இருக்க வேண்டியது தானே. என்னவோ இவங்ககிட்ட எல்லாம் இருக்க மாதிரி, இவங்க கொடைவள்ளலா தூக்கி கொடுக்கற மாதிரி சீன் போடறது. அந்த ஒரு நாளை தவிர மத்த நாள்ல அவங்களுக்கு அப்படி செய்யணும்னு யாருக்காவது தோணுதா.''

''பிறந்த நாள்னு சொல்லிட்டு புதுசு புதுசா உடுத்திட்டுப் போய் அங்க இருக்க குழந்தைங்க

மனசில ஏக்கத்தை விதைக்கிறது. அப்படி இல்லையா ஸ்வீட் கொடுக்கறேன்றே பேர்ல நம்ம வசதியை அவங்களுக்கு காட்ட க்யூல நிற்க வைக்க வேண் டியது. இதெல்லாம் அவசியமா... எந்த உதவி செய் தாலும் சத்தம் இல்லாம செய்துட்டு போயிட்டே இருக் கணும்.''

''நானும் நல்லவ தான். நானும் நல்லவ தான்னு ஜீப்ல ஏறி மைக் வைச்சு கத்தி சொல்லக் கூடாது'' என்றான்.

''நாங்க பண்றது தப்புன்னு சொல்றியா'' கொஞ்சம் புரியாமல் கேட்டாள்.

''இவ்வளவு நேரம் பக்கத்துக்கு வீட்டு சேது பேர் விக்ரம்னா சொல்லிட்டு இருந்தேன்'' என்று நக்க லடிக்கவும் அவள் இடுப்பில் கைவைத்து முறைத் தாள்.

பார்வை போன இடத்தை அவசரமாய் மாற்றி அவளது கண்களை பார்த்துக்கொண்டே, ''எல்லாருக் கும் எல்லாமும் எப்பவும் கிடைக்கறதில்ல. எதுவுமே இல்லாதவங்ககிட்ட போய் என்கிட்ட எல்லாமும் இருக்கு. அதனால உங்களுக்கு நான் கொடுக்க றேன்னு சொல்லிட்டு செய்ற சில முட்டாள்தனமான விஷயங்களை என்னால பண்ணவே முடியாது. எக்காரணத்தைக் கொண்டும் என்னோட பணக்கார வாழ்க்கையை அடுத்தவங்களை காயப்படுத்த உபயோகிக்க மாட்டேன்'' என்று விளக்கமாக அவ னுடைய எண்ணவோட்டத்தை சொன்னான்.

"நீ சொல்றது சரியா தான் இருக்கு தான். ஆனா நீ எப்படி என்னோட பிறந்தநாளை தெரியாம இவ்வளவு நாளா இருக்கலாம்."

"உனக்கு என்னோடது தெரியுமா."

"ஏன் தெரியாம. பிப்ரவரி பதினெட்டு தானே."

'இதிலெல்லாம் விவரமா தான் இருக்கா' மனதிற் குள்ளே கடிந்துகொண்டவன்.

"பிறந்தநாள் அன்னைக்கு மட்டும் தான் நான் உனக்கு ஸ்பெஷலா எதுவும் நான் செய்யணும்னு சட்டம் இருக்கா என்ன... நீயும் நானும் சேர்ந்து இருக்க எல்லா நாளும் ஸ்பெஷல் தான். அந்த ஒரு நாளை நான் ஞாபகம் வைச்சுக்கலைன்னு சொல்லி நீ சண்டை போடறதை என்னால ஏத்துக்கவே முடியாது."

"நீ சொல்றது எனக்கு எப்பவுமே சரியா தான் தோணுது. அநியாயத்துக்கு பேச்சிலேயே என்னை சமாதானம் செய்திடற" சலித்துக்கொண்டு சொன் னாலும், அது அவனுக்கு பிடித்த பதில் ஆயிற்றே...!!

கட்டிலில் இருந்து இறங்கியவன் அவளை பின்புற மாக அணைத்துக்கொண்டு தோள்வளைவில் முகத்தை வைத்துக் கொண்டான்.

கூச்சமாக உணர்ந்தாலும் அவளால் எதுவும் சொல்ல முடியவில்லை.

"நாம கோவிந்தோட ஊருக்கு போகலாமா?"

"எதுக்கு" என்றவளுக்கோ அன்றைய ஞாபகங் களின் ஊர்வலங்கள்...!!

"நான் என்னோட மனசை தொலைச்ச இடம் அது தான். அதனால நிறைய நாள் நிம்மதியை இழந்துட்டேன். எனக்கு திரும்பவும் அந்த நிம்மதி கிடைக்கணும். தொலைச்ச இடத்தில தான் பொருளை தேடணும்னு சொல்வாங்க. நாம அங்க போய் தேடலாமா" அவள் இதுவரை கேட்டறியாத கரகரத்துப் போன குரலில் பேசினான்.

பதில் பேசாமல் அவள் மௌனமாகிவிட்டாள்.

"நீயும் நானும் தனித்தனி ரூம்ல இல்லாம ஒரே ரூம்ல தங்கணும்னு விருப்பப்படறேன். அதே வீடு, நீயும் நானும் மட்டும். அடிக்கடி நமக்குள்ள சண்டை வரும். சமாதானப்படுத்திக்க ஹாலை யூஸ் பண்ணிக்கலாம்... அன்னைக்கு நீ என் கையை விடமாட்டேன்னு அடம்பிடிச்சு சோபாவிலேயே தூங்கினியே... அது போல ஒரு நாள் எனக்கு திரும்ப வேணும்னு தோணுது. போன முறை மிஸ் பண்ணிட்டேன். இந்த முறை அப்படி நடக்க விடக் கூடாது..."

"கோவிலுக்கு போறதுக்காக படகில போன மாதிரி பௌர்ணமி இரவில நாம ரெண்டு பேர் மட்டும் போகணும். நிறைய ஆசைகளை நிறைவேத்திக்க மனம் ஏங்குது... போகலாமா" என்று அவளை தன்புறம் திருப்பி கேட்க.

"போகலாம்" என்று அவள் அனுமதி இல்லாமலேயே இதழ்கள் பதில் சொல்ல, கைகள் அணைப்பை ஏற்படுத்தின.

கார்த்திக்கிற்கு அந்த நொடி தோன்றியது ஒன்றே ஒன்று தான்.

இந்த அணைப்பும், பட்டும் படாத இதழொற் றலும் அவளுக்கு மிகவும் சாதாரணமாக போய் விட்டது. அப்படி இல்லை என்பதை புரிய வைக்க அவனாக முன் வந்து அவளை அணைத்துக் கொண்டு நெற்றியில் இதழ் பதித்தான்.

அவன் மேல் சாய்ந்திருந்தவள் அதை உணர்ந்தது போல தெரியவே இல்லை. உணர்ந்திருந்தால் தள்ளிப் போயிருப்பாளே...!!

எண்ணங்கள் இப்படியும் ஓட மென்மையை கைவிட்டு வன்மையாக அணைத்தான்.

''என்ன பண்ற'' என்று விலக முயற்சி செய்த வளை விட மனமில்லாமல் கொஞ்சம் அவளை உயர்த்தி தூக்கிக்கொண்டு சோபாவில் அவன் அமர்ந்து மடி யில் அமர வைத்து இடையில் கையை போட்டு பாதி யில் விட்ட கதையை மீண்டும் பேச ஆயத்தமானான்.

அவளுக்குள் சில மாற்றங்கள் ஏற்பட்டாலும் வெளிக்காட்ட தயங்கினாள். மனதளவில் வந்த நெருக்கத்தினால் உண்ட மாற்றமா... இல்லை தீண் டல்களால் தன்னிடம் இப்படி ஒரு மாற்றம் உரு வாகிறதா...!!

மனதிற்குள் பெரும் கலக்கத்துடன் அமர்ந்திருந் தாள். தன்னுடைய உணர்வுகளை வெளிப்படுத்

தினால் அவனுக்கும் இதே சந்தேகம் வரத்தானே செய்யும்...!

தன்னை தவறாக நினைத்து விட்டால் என்ற எண்ணம் உருவாகும் போதே கண்ணில் நீர் வந்து விட்டது.

தன்னுடைய கையில் அவள் நீர்த்துளி படவும் மோன நிலையில் இருந்தவன் பதறிப்போய் அவளை விலக்க நினைக்க அவள் அவன் கழுத்தை கட்டிக் கொண்டாள்.

அவன் ஆச்சர்யமாய் தன்னை காணுவதை உணர்ந் தவள், போராட்டத்தை முடித்துக் கொள்ளும் எண் ணத்திற்கு வந்திருந்தாள்.

காதலிக்கிறேன் என்ற வார்த்தை அவனை மகிழ் வித்து, தன்னை குற்ற உணர்ச்சியில் இருந்து விடுவிக்கும் என்றால், அதை சொல்லிவிடுவது என்று முடிவு செய்தாள்.

''லவ் யூ கார்த்திக்'' என்ற வார்த்தையை அவன் கண்களை பார்த்துக் கொண்டே உதிர்க்க அவளுக்கு எளிதாகத்தான் இருந்தது.

உள்வாங்கியவனுக்கோ அது மட்டும் போத வில்லை.

அவளது கண்ணீரை துடைத்து விட்டு, ''நாம கனவு காணும் போது எந்த மொழில காணறோம் கனி'' என்று கேட்கவும் இந்த நேரத்தில் இதென்ன பேச்சு என்பது போல பார்த்தாள்.

''சொல்லு'' என்று கட்டாயப்படுத்தவும்.

''நம்ம தாய்மொழில தான்'' என்றாள்.

''அப்போ தமிழ்லேயே சொல்லு'' என்றான்.

''ஏன் அப்படி'' என்றவளுக்கோ சொல்லுவது எளிதாக இருக்கும் என்று தான் தோன்றியது.

''தப்பு செய்றவங்க சாரின்னு ரொம்ப ஈசியா கேட்டுட்டு போயிடுவாங்க. அதே மன்னிப்புன்னு வார்த்தையை சொல்ல அவங்களால அவ்வளவு சீக்கிரம் முடியாது. அவங்க மொழில சொல்லும் போது உணர்ந்து சொல்லுவாங்க'' என்றான்.

''மன்னிப்புன்ற வார்த்தையே தமிழ் இல்லைன்னு உன்னைப் போல இருக்க ஜீவன்களுக்கு எப்போ தெரியப் போகுது'' என்ற கிண்டலடித்தவள்,

''உன்னை... உன்னை'' என்று இழுத்தவளால், அடுத்த முறை... ''உ...ன்...னை...'' என்ற வார்த் தையே திக்கித்திணறித்தான் சொல்ல முடிந்தது.

அதற்கு மேல் அவளால் பேச முடியவில்லை.

அவனுக்கு அவளது செயல் எப்படிப்பட்ட வலியை கொடுத்தது என்பதை வார்த்தையால் அவளுக்கு திருப்பி கொடுத்தான்.

''தேவைக்காக காதல்ன்ற வாழ்க்கையை யூஸ் பண்ணி, எல்லாம் முடிஞ்ச பிறகு நண்பர்களா இருக் கலாம்னு கை குலுங்கிப் பிரியற ஆட்கள்ல ஒருத்தியா நீ இருப்பேன்னு நான் நினைக்கல'' என்றான்.

"தேவை" என்ற வார்த்தையை தன் வாயால் ஒரு முறை உச்சரித்து அதன் அர்த்தத்தை முழுவதுமாக உள்வாங்கியவள், மனதால் எப்படிப்பட்ட வலியால் துடித்தாள் என்பதை அவனால் புரிந்துகொள்ள முடியாது.

இப்படி அவளை நினைத்து விடக் கூடாது என்று தானே உணர்வுகளை வெளிக்காட்ட மறுத்தாள்.

சட்டென்று மூண்ட கோபத்தில் அவனை அடிக்க கை ஓங்கிவிட்டாள். அவன் தடுக்கவில்லை.

ஓங்கிய கைகளின் நடுக்கம் அவளின் மனவேத னையை அவனுக்கு உணர்த்த, அவளை இழுத்து தன் மேல் சாய்த்துக் கொண்டான்.

அழுகையில் கரைந்தவள், கண்ணை துடைத் துக்கொண்டு "நாம காதலிக்கறதை விட காதலிக்கப் படறது சுகமான விஷயம்னு சொல்லி கேள்விப்பட் டிருக்கேன். என்னை பொருத்தவரைக்கும் முழு வேதனையா இருக்கேன்... ஏன்" என்று அழுகையில் அவனை சங்கடப்படுத்திவிட்டு அவனது கேள்வி யின் வீரியம் தாங்க முடியாமல் அறையை விட்டு வெளியேறினாள்.

'அப்படிப்பட்ட பெண்ணா நான்' என்று யோசித்தே சோர்ந்து போனாள்.

குற்றஉணர்ச்சியிலிருந்து தப்பிக்க நினைத்து மிகுந்த வேதனையை ஏற்படுத்திக்கொண்ட அவளது மடமையும் சேர்த்து அவளை அதிகமாக தாக்கியது.

தலையில் கைவைத்து அமர்ந்து விட்ட கார்த்திக் கிற்கு மிகுந்த வேதனையாக இருந்தது.

மிகவும் இனிமையாக நகர்ந்த பொழுதுகளை ஒரே வார்த்தையில் நரகமாக்கிவிட்ட தன்னுடைய செயலை நினைத்து வருந்துவதா இல்லை தான் சொன்னது சரிதான் என்ற நிலைப்பாட்டுடன் அவளை வருத்து வதா என்று அவனுக்கே புரியவில்லை.

சிறிது நேரத்தில் அவளே வந்து பேசிவிடுவாள் என்று நம்பினான்.

அவனது நம்பிக்கையை பொய்யாக்காமல் அவளே வந்து பேசினாள்.

''நான் உங்க கூட ஊருக்கு வரலை.''

''ஏன்'' என்றுமில்லாத அளவுக்கு கடுமையாக பேசினான்.

''நான் இதுவரைக்கும் என்னோட பிறந்த நாள் அன்னைக்கு அப்பா அம்மாவை விட்டு பிரிஞ்சு இருந்ததில்ல. அந்த நாளை அவங்க ரொம்ப ஸ்பெசலா கொண்டாடுவாங்க... உங்களுக்கு தான் அப்படியில்லையே. எல்லா நாளும் ஒண்ணு தானே. அதனால தான் என்னை எதிர்பார்த்து ஆவலா இருக் கறவங்களுக்காக அங்க போகலாம்ன்னு நினைக் கிறேன். நீங்க வரணும்னு அவசியமில்ல'' என்று அவன் சொன்னதையே அவனுக்கு திருப்பி கொடுத்து கார்த்திக்கின் மனைவி என்று நிரூபித்தாள்.

சற்று நேரம் யோசித்தவன், ''நாம இதுவரைக்கும் உன்னோட அம்மா வீட்டுக்கு போகலை. சேர்ந்தே போகலாம் வா'' என்று அப்போதே கிளம்ப சொன்னான்.

தன்னுடைய கைவிரல்களை ஆராய்ந்தவள், ''இப்போ நான் போனா, இன்னும் ரெண்டு வாரம் கழிச்சு தான் வருவேன்'' என்று சொன்னாள்.

''ஒரு முடிவோட இருக்கேன்னு எனக்குப் புரியுது. என்னோட வாழ்க்கை இப்படித்தான் இருக்கணும்னு கடவுள் எழுதி வைச்சிட்டா யாரால மாத்த முடியும். நீ உன்னோட விருப்பப்படி எவ்வளவு நாள் தங்கணும்னு நினைக்கறியோ. அவ்வளவு நாள் இருந்துட்டு வா. காலம் முழுக்க அங்க தான் இருக்கணும்னு நினைச்சாலும் எனக்கு ஓகே தான். மனசில காதல் இல்லாம காதலிக்கறேன்ற வார்த்தையை உபயோகப்படுத்தி என்னை கொல்றதுக்கு. இது எவ்வளவோ மேல்'' என்றவன் அவளை கொண்டு போய் விடுவதற்காக வேலைகளில் இறங்கினான்.

19

இன்றோடு கனி அவளது வீட்டிற்கு சென்று முழுதாய் 67 மணி நேரம் ஆகியிருந்தன.

அவள் செல்லும் போது கவலையாகத்தான் கார்த்திக் இருந்தான். சென்ற பின் ஏனென்றே தெரியாமல் மிகவும் சுதந்திரமாக உற்சாகமாக உணர்ந்தான்.

அவள் இருக்கும் சமயம் அவளை எப்படி தன்னை உணர செய்வது என்பதை மட்டுமே யோசித்துக் கொண்டிருந்தவனுக்கு, இப்போது அவள் அருகில் இல்லாமல் இருப்பது நிம்மதியாக சுவாசிப்பது போல ஒரு உணர்வை கொடுத்தது என்றால் மிகையில்லை.

அந்த அளவுக்கு யோசித்து யோசித்து சலித்துப் போயிருந்தான்!

அதை விட முக்கியமாக கனவில் காதலிப்பதை நிறுத்தியிருந்தான்.

கையில் இருக்கும் பொருள் நழுவி விழுந்து உடைந்தாலும் தன்னையே திருப்பி காயப்படுத்தி னாலும் தனக்கு மட்டுமே சொந்தமானது என்பதால் வந்த உணர்வாய் கூட இருக்கலாம்!

இப்படி ஒரு உணர்வை அவனுக்கு கொடுத்து விட்டு நிம்மதியில்லாமல் சுற்றிக் கொண்டிருந்தாள் கனி.

எங்கும் அவன் முகம்! எதிலும் அவன் முகம்! என்ற அளவுக்கு காதல் முற்றிப் போகவில்லை.

இரவு 9 மணிக்கு மட்டும் அவன் முகம் மின்னி மறைந்து சரியாக 9 மணி ஆகிவிட்டது என்று கடி காரத்தை பார்க்காமலேயே உணரும் அளவுக்கு முன்னேறியிருந்தாள்.

இது எப்படி சாத்தியமாகும் என்ற எண்ணம் வரலாம். அதிகாலை 5 மணிக்கு எழுந்து பழகிய வர்கள் சிறிது நாட்களில் எந்தவிதமான உந்துதலும் இல்லாமல் மணி அடித்தாற் போல் எழுந்துவிடு வார்கள்.

அதே போல் தான் அவளுக்கும் உடலில் உள்ள செல்கள் அவளை வேண்டுமென்றே உசுப்பேற்றி விளையாட்டு காட்டிக் கொண்டிருந்தது.

தாய் வீட்டிலிருந்த மூன்று நாட்களும் மறக்காமல் இரவு நடைபயிற்சி மேற்கொள்வதை வழக்கமாக வைத்திருந்தாள்.

இன்றும் அதே போல நடந்து கொண்டிருக்க ராஜன் அவளுடன் கலந்து கொண்டார்.

இதுவரை காதல், கத்திரிக்காய், கொத்தவரங்காய் என்று பேசி வீட்டிலிருந்தவர்களையும் எதுவும் பேச விடாமல் அடக்கி வைத்திருந்தார்.

தேனும், மாதவும் வீட்டிலிருக்கும் சமயம் அடித்துப் பிடித்து விளையாடும் போது, அதில் கலந்துகொள்ளும் எண்ணமில்லாமல், 'இப்படியே இருந்திருக்கலாமே' என்பது போன்ற பாவனையுடன் அமர்ந்திருக்கும் மகளின் மனதை படிக்க அவருக்கு ஒரு மணி நேரம் அதிகமாய் தான் இருந்தது.

வந்த நாளன்றே பேச்சை ஆரம்பித்து, அவளின் மனம் நோகவிடக் கூடாதென்று அமைதியாக இருந் தார்.

சிறிது தூரம் எதுவும் பேசாமல் அவளுடன் நடந்தவர், ''உனக்கு பிடிக்கலைன்னா டிவோர்ஸ் வாங்கிக்கறியா'' என்று ஆழம் பார்க்க கேள்வியை எழுப்பினார்.

திகைத்து, மிரண்டு பதில் பேச முடியாமல் இருந்த மகளின் முகமே அவருக்கு வேண்டிய பதிலை சொல்லிவிட்டது.

இனி மகளை சரியான பாதையில் கொண்டு செல்ல வேண்டும் என்று முடிவெடுத்தார்.

''உனக்கு கார்த்திக் மேல என்ன கோபம்?''

''தெரியலைப்பா.''

'தெரிஞ்சுக்க முயற்சி பண்ணி தான் பாரேன்'' இலகுவாக அவர் சொல்ல அவளும் புன்னகைத்தாள்.

''முயற்சி பண்ணேன்ப்பா... எதுக்காக கோபப்பட்டேனோ, அதுக்கு இப்போ அர்த்தமில்லைன்னு தெரிஞ்சுடுச்சு. அதையும் தாண்டி வேற ஏதோ கோபம் இருக்குன்னு தெரியுது. அதுக்கு மேல காரணத்தை அனலைஸ் பண்ண முடியலை.''

புன்னகைத்தவாறே தாடையை தடவிக் கொண்டவர், ''வாழ்க்கை இருவழிப்பாதைன்னு நம்மளையும் மீறி தோணற இடங்கள்ல. முயற்சி செய்து ஒரு வழிப் பாதையா மாத்திக்கணும் கனி. இதுவா அது வான்ற குழப்பத்துடன் இடம் தர கல்யாண வாழ்க்கை ஒண்ணும் துணி எடுக்கற வியாபாரம் கிடையாது.''

''நீ என்ன முடிவெடுத்தாலும், அதுக்கான லாப நஷ்டத்துக்கு நீ மட்டுந்தான் பொறுப்பாக முடியும். உன்னோட மனம் தெளிவா இருந்தால்தான். எதுக்கும் ஒரு தீர்வு கண்டுபிடிக்க முடியும்.''

''உன்னோட பிறந்த நாள் வரப் போகுது. எனக்கு தெரிஞ்சு கார்த்திக் வர மாட்டார். அதனால இப்போ நான் உனக்கு ஒரு டாஸ்க் கொடுக்கறேன். இதுல எதை உன்னால பண்ண முடியுமோ. அது தான் நீ தேர்ந்தெடுத்த வழியா இருக்கும். சுகமோ துக்கமோ அது உனக்கு... உனக்கு மட்டும் தான்னு யோசிச்சு முடிவெடு.''

''உன்னோட பர்த்டே பார்ட்டிக்கு ஒண்ணு அவர் இங்கே வரணும். இல்ல நீ அவர் கூட இருக்கணும். அது உன்னால முடியாதுன்னா நிரந்தரமான உன் கல்யாண வாழ்க்கைக்கு ஒரு தீர்வு நீ எடுக்க நான் ஸ்டெப் எடுத்து வைக்க வேண்டிய நிலை உரு வாகும். என்னோட முடிவு நிச்சயமா உனக்கு சாதகமா இருக்கும்னு நீ நினைக்க மாட்டேன்னு நம்பறேன்'' என்று முடிக்கும் போது மிரட்சியுடன் பார்த்தாள்.

இதுவரை அவர் இப்படி அவளிடம் பேசியதே இல்லை. ராஜன் மட்டுமல்ல வேறு யாரும் அவளை ஒரு முடிவெடுக்க சொல்லி கட்டாயப்படுத்திய தில்லை.

இப்போது அவரது பேச்சு அவளை அவசியம் முடிவெடுக்க வேண்டிய கட்டாயத்துக்கு உட்படுத் தியது.

மகள் யோசிக்க ஆரம்பித்து விட்டாள் என்று தெரிந்த பின்பு எப்படி அவளிடம் சொல்லாமல் அவளுடன் நடக்க ஆரம்பித்தாரோ, அதே போல் அவளிடம் விடைபெறாமல் கிளம்பிவிட்டார்.

இது தான் எனக்கான முதல் பாடமா!

துணைக்கு யாரும் வரமாட்டார்கள் என்பதை குறிப்பாக உணர்த்தி விட்டுப் போகிறாரா!

அடிபட்ட குழந்தை எழுந்திருக்க போராடுவது போல இருந்தது.

தன்னை சுற்றி ஆட்கள் இருந்தால் வீம்பு பிடித்து குழந்தை அழும். இல்லை என்றால் சுதாரித்துக் கொண்டு எழ முயற்சி செய்து வெற்றி காணும்.

அதுபோல ஒரு நிலையில் தான் அவளை தள்ளி விட்டு ராஜன் சென்றிருந்தார். அவளை சுற்றி யாருமே இல்லை.

தன்னை தேன்மொழி அழைப்பதைக் கூட கவனிக் காமல் அறைக்குள் சென்று பெட்டில் விழுந்தவள் தன்னை அறியாமல் தூங்குவதும், விழிப்பதுமாக கிடந்தாள்.

சரியாக 4 மணிக்கு, ''நான் விவாகரத்து ஸ்பெஷ லிஸ்ட் வக்கீல் வரதராஜனாக்கும்'' என்று என்றோ ஒரு நாள் டிவிக்கு பேட்டி கொடுத்த தந்தையின் முகம் கனவில் வர, வியர்த்து, விறுவிறுத்துப் போய் எழுந்து அமர்ந்தாள்.

ஏசி குளிரியையும் அணிந்திருந்த இலகுவான ஆடையையும் மீறி வியர்த்து வழிந்து கொண்டிருக்க, அடுத்து என்னவென்று அவளால் சிந்திக்க முடிய வில்லை.

ராஜனுக்கு தொழில் தர்மம் தான் முக்கியம். இரண்டு முறை தம்பதியினரிடம் பேசி பார்ப்பார். அவர்களுக்குள் பாசம் இருந்தாலும் ஈகோவினால் பிரச்சனை செய்து கொண்டிருந்தால், ''கழுதைங்க பட்டு திருந்தட்டும்!'' என்று சொல்லி, விவாகரத்து வாங்கி கொடுத்துவிட்டு தான் ஓய்வார்.

''எனக்கும் அப்படியே செய்திட்டார்னா!'' தூக் கக்கலக்கத்தில் எதையும் யோசிக்காமல், ''ஐயையோ'' வாய்விட்டு அலறியவள் நேரம் 4.30 என்பதை பார்த்து விட்டு சிறிதும் யோசிக்காமல்,

''எப்பவுமே கார்த்திக் என்னை தேடி வந்துட்டு இருக்கணும்னு அவசியம் இல்ல. அவனை சமாதானம் செய்து இங்க வரவழைச்சா. அது அவனோட முடி வாவும் இருக்கும். இல்ல முழுக்க முழுக்கு என்னோட முடிவுக்கு நான் மட்டுமே பொறுப்பா இருக்கணும்'' என்று வாய்விட்டு கண்ணாடி முன் சொன்னவள், அப்பா மொபைலுக்கு குறுந்தகவலை அனுப்பி விட்டு முகத்தைக் கூட கழுவும் எண்ணம் இல்லாமல் அவசரமாக காரை எடுத்துக் கொண்டு கார்த்திக்கின் வீடு நோக்கி விரைந்தாள்.

ரேவதி நேரத்திலேயே எழுந்தாலும், யாரையும் தொந்தரவு செய்யாமல் பக்தி பாட்டைக் கேட்டுக்

கொண்டு இருப்பார் என்பதால், அந்த நேரத்தில் கார் கேட்டுக்குள் நுழைவதைக் கண்டு அவசரமாக கதவை திறக்க, அங்கு கனியை அவர் கண்ட தோற்றம் திகைக்க வைத்தது.

காட்டன் சட்டையும் அரைக்கால் பேண்டும் என்று இரவு உடையில் வந்திருந்தாள்.

'ஐயோ... என் இந்த பொண்ணு' என்று பதறியவர் வேலைக்காரர்கள் யாரும் பார்க்கும் முன் அவளை உள்ளே அனுப்பிவிட வேண்டும் என்று எண ணியவர். அவளை திட்ட ஆரம்பிக்கும் முன், ''நான் கார்த்திக்கை பார்க்க போறேன் அத்தை'' என்று வேண்டுமென்றே பயந்த குரலில் கேட்டாள்.

தன் ஆடையை அவர் ஆராய்ந்து வேறு தன்னை தவறாக நினைத்துக் கொள்வாரோ என்று அவளுக்கு இன்னொரு பயத்தை கிளப்பிவிட்டிருந்தது.

''என்ன ஆச்சுமா'' கனிவுடன் அவர் விசாரிக்க.

''ஒரு பயங்கர கனவு அத்தை. ரொம்ப பயந்துட் டேன். அதான் பார்க்கலாம்னு கிளம்பி வந்துட்டேன். நான் போறேனே'' அவசரமாக வேகநடையில் அவள் பேச.

''போ'' என்று அன்பொழுக அனுப்பி வைத்தார்.

'இவளுக்கு என் பையன் மேல ரொம்ப காதல் இருக்கு. இனி பயமில்ல' நிம்மதியாய் இனி இந்த வீட்டில் கண்ணன் குரல் கேட்க வேண்டுமென்று

வேண்டிக்கொண்டு கண்ணன் பாதத்தை சரணடைந்
திருந்தார்.

கதவை திறந்தவளின் கண்களுக்கு நிம்மதியாய்
உறங்கும் கணவன் கண்ணில் பட பொறுக்குமா
அவள் நெஞ்சம்!

எத்தனை முறை அவளிடமே இரவு தூங்காமல்
உன் நினைவாகவே இருந்தேன் என்று கதை விட்
டிருப்பான்.

இன்று தன்னை கடந்த நீ...ண்..ட 3 நாட்கள்
பிரிந்த உணர்வு கூட இல்லாமல் தூங்குபவனைக்
கண்டு எழுந்த எரிச்சலை. அவன் மேல் பக்கெட்
தண்ணீரை ஊற்றி அணைக்கலாம் என்று முயற்சிக்க
அவசரமாய் அவளிடம் இருந்த நல்ல மனசாட்சி
என்ட்ரி கொடுக்க, சலித்துக் கொண்டவள் எதையும்
செய்ய மனமில்லாமல் தூங்குவதற்கு முயற்சி
செய்யலாம் என்று கட்டில் பக்கம் நகர, எப்படி மேலே
சென்று படுப்பது என்று தெரியவில்லை.

கட்டிலின் நுனிக்கு சற்று தள்ளி அவன் படுத்
திருக்க, வேறு வழியில்லாமல் கால் வைத்தே
ஏறிவிடலாம் என்று முயற்சி செய்தாள்.

அவனை தாண்டி செல்ல காலை தூக்கும் போது,
திரும்பி படுக்க முயன்ற கார்த்திக்கின் கால்கள் அவள்
கால்களை தட்டிவிட, ''ஐயையோ'' என்று அன்றைய
விடியலில் இரண்டாவது முறையாக சொல்லும்

முயற்சியில் இறங்கும் போது, அவளது பல் கார்த்திக்கின் உதட்டில் பட்டுவிட, திடீரென்று தன்மேல் விழுந்த பாரத்தால் பதறிப்போய் முழித்த வனுக்கு வெகு அருகில் அவனது காதலியின் அழ கான இதழ்களும் அந்த பற்கள் கொடுத்த இன்பமான வேதனையும் அவனது சித்தத்தை கலங்கடித்திருக்க. அதற்கு பின் நடந்த அத்தனைக்கும் பொறுப்பாகிப் போனது யாரென்று சொல்வதற்கில்லை!

அவனுக்கும் அவளுக்கும் அவர்களை தவிர, அவர்களின் பழைய ஞாபகங்களோ சண்டைகளோ கூட நினைவில் இல்லை.

உணர்ச்சிக் கடலில் கொந்தளித்துக் கொண்டிருந் தாலும் மனைவயின் தேகம் நடுங்கிக் கொண்டிருப் பதில் கொஞ்சம் சுயநினைவுக்கு வந்தவன். முயற்சி செய்து தன் மேல் கிடந்தவளை படுக்கைக்கு மாற்ற, இதழ்கள் செய்த மாயத்தில் இருந்து அவள் விடுபட எடுத்துக் கொண்ட நேரம் முழுமையும் குறும்புடன் அவளை பார்த்துக் கொண்டிருந்தான்.

அவள் தன்னிலைக்கு மீண்ட நேரம், ''எதுவும் பேயடிச்சிடுச்சா'' என்று கேட்க அவள் தலை ஆமென்று ஆடியது தந்தையின் நினைவிலே...

உடனே, ''அப்படியெல்லாம் இல்ல'' என்று சொன்னவள், அவன் பார்வை செல்லும் இடங்களை பார்த்து விட்டு கண்ணை பெரிதாக உருட்டி முறைத்தவள் ரஜாயை எடுத்து போர்த்திக் கொண்டு

எதுவுமே நடவாதது போல சுவற்றோரமாய் ஒண்டிக் கொண்டாள்.

நேரத்தை பார்த்தவன், 'இவ எப்போ வந்திருப்பா' என்று கேள்வி எழ, ''திடீர்னு என்ன மாமன் மேல ரொம்ப ஆசை வந்துடுச்சா... அதிசயமா நீயே வந்து முத்தம்'' என்று மேலும் சொல்லப் போனவனின் வாயிலேயே இரண்டு அடி போட்டாள்.

''உன்னால நான் நைட்டு முழுக்க தூங்கலை. நீ நிம்மதியா தூங்கிட்டு இருக்க. உன் மனசில என்ன தான் நினைச்சுட்டு இருக்க'' அவனது பனியனை பிடித்து இழுத்துக் கேட்க, பொய் சொல்ல வேண்டு மென்ற எண்ணம் இல்லாமல்,

''உன்னை நினைக்கவேயில்லை'' என்ற சொல்லி திகைக்க வைத்தான்.

''ஹான்ன்ன்'' என்று அவள் விழிக்க...

''புண்பட்ட மனதை புகைவிட்டு ஆற்றுன்னு கேள்விப்பட்டதில்ல'' என்று கேட்டு அவள் தலையை ஆட்டவும்.

''அதே போல தான் பண்பட்ட மனதை பகை கொண்டு மாற்று -ன்னு ஒரு கருத்து இருக்கு... அதை போல இன்னொண்ணும் இருக்கு...'' என்றவன்,

''காதல் கொண்ட மனதின் காயங்களை நினை விலிருந்து அகற்று'' என்றான்.

''என்ன சொல்ல வர்ற'' புரியாமல் கேட்டவளிடம்.

"நீ தானே நான் வேணாம்னு என்னை விட்டுட்டுப் போன. அதான் உன்னை மறக்க ட்ரை பண்ணி வின் பண்ணிட்டேன்..." என்று டிஷர்ட்டில் இல்லாத காலரை தூக்கிக் கொண்டு காட்ட...

"அட அற்ப பிறவியே" என்று வாய்விட்டு சொல்லியே அவனை திகைக்க வைத்தாள்.

"உனக்கு கோபம் வரலையா."

"எதுக்கு வரணும்."

"நீ மட்டும் என்னை ஞாபகத்தில இல்லைன்னு சொன்ன போது, எனக்கு கோபம் வந்துச்சே" சிறு பிள்ளையாய் அவன் கேட்க...

"உன்னோட ஞாபகத்தில நான் இல்லைன்றதை கொஞ்ச நேரத்துக்கு முன்னாடி தான் நான் பார்த் தேனே" கிண்டலாக சொல்லிவிட்டு மறுபடியும் அவன் தன் இடத்தை சரணடைய,

"என்னப் பார்த்தா, எப்படி தெரியுது" என்றான்.

"லூசு மாதிரி தெரியுது" என்று அவனை வெறுப்பேற்றியவள்.

"பொண்டாட்டி பிறந்த வீட்டில இருந்து இவ் வளவு சீக்கிரமா வந்திருக்காளே... என்னவா இருக்கும்... எதுவும் பிரச்சனையான்னு ஒண்ணு கூட விசாரிக்காம கிடைச்சது சான்ஸ்ன்னு முழுசா ஆறு நிமிஷம் என்னை நகர விடாம செய்துட்டு..." என்று நேரக் கணக்கை அவள் சொல்ல, மயங்கி கிடந்தவள்

எப்படி நேரத்தைக் கணக்கிட்டாள் என்று அவன் எண்ண. தலையில் அடித்துக் கொண்டவள் தூக் கத்தை தொடர முயன்றாள்... ஆம்... முயன்றாள் மட்டுமே!

20

''என்னை லூசுன்னு சொல்லிட்டு நீ எப்படி தூங்கலாம்'' என்று கத்தியவன் ரஜாயை பிடித்து இழுக்க, அவன் இழுத்த இழுப்பில் அவளும் சேர்ந்து அவன் கைக்குள் அகப்பட்டாள்.

''ஹே... என்ன இவ்வளவு வெயிட்லெசா இருக்க'' என்று கேட்டவனிடம் என்ன பதில் சொல்ல என்று அவளுக்கு தெரியவில்லை.

அவளது விழியின் தவிப்பைக் கண்டவன், எடுத் திருந்த முடிவுகளை எல்லாம் காற்றில் பறக்கவிட்டு மிகவும் இலகுவாக அவளிடம் சரசமாடிக் கொண் டிருந்தது அப்போது தான் அவனுக்கு புரியவே செய்தது.

இப்படியே போனால் அடுத்து என்ன நடக்கும் என்று புரியாதவனில்லை.

அதற்கு இடம் கொடுக்க உடல் இடம் கொடுத் தாலும், மனம் இடம் கொடுக்கவில்லை.

காதலை கண்களில் கண்டவுடன் இதயத்தின் தேடலை மஞ்சத்தில் முடிக்க அவன் நினைக்க வில்லை.

இருவரது மனமும் ஒன்றாகி, வாழ்க்கையின் தேடல் ஒன்றாக ஆரம்பிக்க வேண்டும் என்ற எண்ணத்தில் தான் இவ்வளவு நாட்கள் அமைதியாக இருந்தான்.

இல்லையென்றால் அவளை தன்வசப்படுத்த அவனுக்கு நொடிகள் கூட அதிகமான நேரம் தான்.

நிமிடத்தில் பார்வையால் வசப்படுத்தி, சின்ன சின்ன விளையாட்டுகள் மூலம் அவளை தன் வசப்படுத்திவிட அவனால் முடியும். அதை அவன் இதுநாள் வரை செய்ய நினைக்கவில்லை.

அப்படியிருக்கும் போது, இப்போது நடந்து கொண்டிருக்கும் இன்பமான விளையாட்டுகள் இன்னும் சில நொடிகளுக்கு நீண்டால் கூட, நிலைமை தன் கையை விட்டுப் போய்விடும் என்று அவளை கைவளைவில் வைத்துக் கொண்டே மூளை சிந்திக்க, கைகளோ அதற்கு எதிராக அவளை விட மாட்டேன் என்று அணைத்துப் பிடித்திருந்தது.

இப்படி ஒரு செய்கையை எதிர்பார்க்காததால் வெட்கத்தில் விழி திறக்க முடியாமலும், விழியை முழுதாய் மூட முடியாமலும் அவள் தவித்த தவிப் பிற்கு அளவில்லை.

தனக்குள், எப்படி இப்படியொரு மாற்றம் - நிச்சயம் அவள் யோசிக்கவில்லை.

யோசிக்கும் நிலையில் இருந்தால் தானே சிந் தனையே வரும்!

அவளின் மனதை அறிந்தவன் போல, இப்போதும் தன் கைக்குள் இருந்தவளை பக்கத்தில் கிடத்திவிட்டு, ''தூங்கு'' என்று மென்மையாக சொன்னான்.

அவனிடம் இப்படி ஒரு முகபாவத்தை அவள் கண்டதில்லை.

எப்போதும் என்னை புரிந்துகொள்ளேன் என்ற தவிப்பும், புரிந்து கொள்ளாவிட்டால் உன்னை புரிய வைத்தே தீருவேன் என்ற துடிப்பும் மட்டுமே அந்த கண்களில் தெரியும்.

இப்போது அதையும் மீறிய ஒன்று கண்களில் தெரிய கண்களை மூடி அவனுக்கு முதுகு காட்டி படுத்துக் கொண்டாள்.

அவளை நெருங்கியும், நெருக்கம் காமிக்காமல் அவள் மேல் கையை பட்டும் படாமல் போட்டு அணைத்தவாறு தூங்க முயற்சி செய்தான்.

இருவருக்கும் தூக்கம் வரவில்லை என்றாலும் தங்களுக்குள் இருந்த மாயத்திரை ஒன்று விலகுவது போல உணர்ந்ததால், நிம்மதியாக கண்மூடினர்.

சிறிது நேரத்தில் உறக்கம் இருவரையும் சுகமாக தழுவ இருவரும் எழுந்துகொள்ள 9 மணி ஆகி விட்டது.

எழுந்த உடன் இருவரும் புன்னகைக்க, அங்கு அழகான காதல் காட்சிகள் அரங்கேற துவங்கியது.

இருவரின் மனம் ஒன்றுபட்டு இருந்தால் நன்றாக இருக்குமா என்பது போல அவர்கள் இருவரும் அறையை விட்டு வெளியே வந்த போது, தேனிலவு பயணத்தை பாதியில் முடித்து விட்டு மணிமொழி யும் அன்பும் வந்து சேர்ந்திருந்தனர்.

அன்பு முகத்தை பாவமாகவும், மணிமொழி தலையை கையில் தாங்கியும் அமர்ந்திருக்க, அவர்களை சுற்றி இரு குடும்பமும் இருந்தது.

'என்ன பிரச்சனையாயிருக்கும்' கணவனின் கையை பிடித்துக் கொண்டவளை பார்த்து புன்ன கைத்து விட்டு கையை அவன் விலக்கிக் கொண் டான்.

அனைவரும் அவர்களை பார்த்துக் கொண்டிருப்ப தால் கையை விலக்கினான் என்பது புரிந்து போக, அவனை முன்னே விட்டு இவள் பின்னே வந்தாள்.

மணிமொழியின் அருகே அமர்ந்த கனி, ''எப்படி இருந்தது ட்ரிப்'' என்று கேட்டு பார்வையை அனை வரின் மேலும் படரவிட்டாள்.

ஏதோ தவிப்பில் இருப்பது போல இருந்தது. அதே நேரம் தங்களுக்காக காத்துக் கொண்டிருந்தது போலவும் இருந்தது.

சகோதரியின் கையை தள்ளிவிட்ட மணிமொழி யின் செய்கையில் கனி திகைத்துப் போய் பார்க்க,

''இப்போ ஏன் எல்லாரும் அமைதியா இருக்கீங்க'' என்று கார்த்திக் போட்ட அதட்டலில் நிமிர்ந்து பார்த்த மணிமொழி, மீண்டும் குனிந்து கொண்டாள்.

ராஜனுக்கு மிகவும் சங்கடமாக இருந்தது.

இப்போது தான் ஒரு பெண்ணின் வாழ்வு மலர்ந் திருக்க, அடுத்த பெண்ணுக்கு என்ன பிரச்சனையோ என்று தவித்துப் போனவர், ''மணி... உனக்கு யார் கூடவாவது தனியா பேசணும்னு இருந்தா, கூட்டிட்டுப் போயேன்'' என்று சொல்லவும் கோபத்தோடு நிமிர்ந்தவள், தன் அருகில் அமர்ந்திருந்த கனியின் கையை கிட்டதட்ட பிடித்து இழுத்துக் கொண்டு அறைக்குள் நுழைந்தாள்.

கார்த்திக் இதென்ன நடவடிக்கை என்பது போல பார்த்திருக்க, கதவை சாற்றாமல் நன்றாக திறந்து வைத்த மணி, உள்ளே பேசுவது வெளியே இருப் பவர்களுக்கு நன்றாக கேட்க வேண்டுமென்றே கொஞ்சம் சத்தம் போட்டே பேசினாள்.

உள்ளுக்குள் நிரம்பியிருந்த வேதனை அமிலமாக கனியை தாக்க காத்திருந்தது.

''நீயெல்லாம் எதுக்குடி கல்யாணம் பண்ணிக் கிட்ட. என்னோட வாழ்க்கையை சிதைக்கவா'' எடுத்த எடுப்பிலேயே இப்படி மணி கேட்க, துடித்துப் போய் நிமிர்ந்து பார்த்த கனியை அவள் கண்டுகொள்ளவே யில்லை.

வெளியே கார்த்திக்கிற்கு அவர்கள் பேச்சு கேட்டு விட, கோபத்தோடு உள்ளே செல்லப் போனவனை கைலாசம் பிடித்து தடுத்தார்.

"இது அவங்க அக்கா தங்கச்சி பிரச்சனையாய் இருக்கலாம். பேச்சு முடியட்டும். நாம அப்போ பேச லாம்" என்று எடுத்து சொல்ல கையை கட்டிக் கொண்டு அன்பை முறைத்தான்.

அவனோ எதுவும் செய்ய வழியில்லாமல் தவிப் போடு அமர்ந்திருந்தான்.

மணியின் பேச்சை முழுதாக உள்வாங்கவே கனிக்கு சற்று நேரம் பிடித்தது...

"ஏன் இப்படியெல்லாம் பேசற" தவிப்புடன் கேட்டவளை கண்டுகொள்ளும் நிலைமையில் அவள் இல்லை.

தன்னுடைய ஆத்திரத்தை யார்மேலாவது குறிப்பாக கனியின் மீது இறக்கி வைக்கும் நோக்கோடு வந் திருந்தாள்.

"உன்னால என் வாழ்க்கை இப்போ அந்தரத்தில தொங்கிட்டு இருக்கு" என்று கத்த,

அடங்கிப் போனால், மேலும் பேசுவாள் என்பதை உணர்ந்திருந்த கனி, "புரியற மாதிரி சொல்ல முடிஞ்சா சொல்லு, இல்ல எக்கேடோ கெட்டுப் போ" என்று அவளும் பதிலுக்கு கத்த,

''நான் இப்போ கர்ப்பமா இருக்கேன் தெரியுமா'' என்றவள் விசும்ப ஆரம்பித்தாள்.

''கங்க்ராட்ஸ் மணி'' என்று அருகில் வந்தவளை கிட்டதட்ட தள்ளிவிட, சுதாரித்துக்காவிட்டால் கீழே விழுந்திருப்பாள்.

''உனக்கு என்ன தான் ஆச்சு'' எரிச்சலுடன் கனி வினவ,

''உனக்கு கல்யாணம் பண்ண விருப்பம் இல்லைன்னா, சும்மா இருந்திருக்க வேண்டியது தானே. எதுக்கு நான் வாழ்க்கைப்பட்ட இடத்திலேயே நீயும் கல்யாணம் பண்ணிக்கிட்ட. உன்னால இப்போ என் குழந்தையை அழிக்க வேண்டிய சூழ்நிலை'' என்று அழுகையுடன் சொல்ல, இதென்ன புதிதான பிரச்சனை என்று குழம்பி போனாள்.

''நீ மட்டும் நல்லபடியா குடும்பம் நடத்தியிருந்தா இப்போ உனக்கும் ஒரு குழந்தை இருந்திருக்கும். இப்போ... இப்போ... அண்ணனுக்கு குழந்தை இல்லாம, நமக்கு முன்னாடி பிறந்தா நல்லா இருக்காதுன்னு அவர் சொல்லிட்டு இருக்கார்'' என்று மெல்லிய குரலில் விசும்ப, வெளியில் இருப்பவர்கள் அன்பை முறைத்தனர்.

தங்களுடைய தனிப்பட்ட பேச்சை இப்படி அனைவரும் முன்பு அம்பலமாக்குவாள் என்று அன்பு நினைக்கவேயில்லை.

கண்ணீரை துடைத்துக் கொண்ட மணி, ''அவருக்கு அண்ணன் மேல் ரொம்ப பாசமிருக்கு.

முன்னாடியே நாங்க பேசி வைச்சிருந்தோம். அதையும் மீறி குழந்தை உருவாகிடுச்சு. இப்போ நான் என்ன பண்ணுறது'' என்று கோபத்தை கைவிட்டு குழந்தைக்காக அழ ஆரம்பித்தாள்.

இவ்வளவு நேரம் தன்னைக் காயப்படுத்திய மணியின் செயல்களை மறந்து விட்டு வெளியில் இருக்கும் கொழுந்தன் மனதையும் மாற்ற வேண்டிய கட்டாயத்தில் பேச ஆரம்பித்தாள் கனி.

''ஏன்மா மணி.. உன்னோட வீட்டுக்காரருக்கு தான் அண்ணன் மேல பாசமிருக்கன்னு உனக்கு தெரியுதுல்ல... அப்போ விலகி இருந்திருக்க வேண்டியது தானே... எங்களுக்கு குழந்தை உண்டான பிறகு, நீங்க வாழ்க்கையை ஆரம்பிச்சிருக்க வேண்டியது தானே... அதை விட்டுட்டு மருத்துவத்தை நம்பி குடும்பம் நடத்திட்டு, இயற்கை ஜெயிச்சு குழந்தை உருவான பின்னாடி, இப்படி முட்டாள்தனமா யோசிக்க உங்க ரெண்டு பேரால மட்டும் எப்படி முடியுது'' என்றதும் தலையை குனிந்து கொண்டாள் மணி.

வெளியில் தங்களது பேச்சை கேட்டுக் கொண்டிருக்கிறார்கள் என்பது இப்போது அவளுக்கு எதிராகப் போக, தங்களது வாழ்க்கையை சகோதரி என்றாலும் விமர்சிப்பது பொறுக்காமல், ''நாங்க எப்படி நடந்துக்கணும்னு நீ சொல்ல தேவையில்லை'' வெடுக்கென்று பேசி, கனியின் பேச்சுக்கு முற்றுப் புள்ளி வைக்க நினைத்தாள்.

ஆனால் அப்போது தான் கனி புல் பார்ம்க்கே வந்திருந்தாள்!!

''நீ மட்டும் எங்களோட வாழ்க்கை எப்படி இருக்குன்னு பேசலாம். நான் பேசக் கூடாதா... இல்ல நான் உன்னை கேட்கறேன்... நானும் கவியும் சந்தோஷமா தான் வாழறோம்னு உனக்கு எல்லாம் நான் ஏன் காமிக்கணும்... அப்படியே சந்தோஷமா இருக்கறதை காமிக்க நினைச்சாலும், வீடியோ வைச்சா விளக்கம் கொடுக்க முடியும்'' என்று பேச,

''இதென்னடி பேச்சு'' என்று அடக்க முயன்றாள்.

முடிந்தால் தானே!!

''அப்போ நீ பேசறது மட்டும் சரியா... எங்களோட வாழ்க்கை எப்போ ஆரம்பமாகும்னு. கூடப் பிறந்தவங்களாவே இருந்தாலும் யோசிக்கறது ரொம்பவே தப்பு. அக்காவோ தங்கச்சியோ ஒரு எல்லைக்குள்ள நின்னுடணும். அதை தாண்டி வர்றதுக்கு முயற்சி செய்யவே கூடாது.''

''இப்போ நான் ஒரு கேள்வி கேட்கறேன். நீ பதிலை சொல்லு, இப்போ நான் கர்ப்பமா இருக்கிறேன்னு வை. நீ எனக்கு அக்காவாச்சே... அப்போ உனக்கு முன்னாடி தங்கச்சிக்கு குழந்தை உருவாகிடுச்சுன்னு என்னை கலைக்க சொல்லுவியா... இல்ல நான் தான் அக்கா மேல இருக்க பாசத்தில என் குழந்தையை விட்டுக் கொடுக்க யோசிப்பனா...''

"அண்ணனோ தம்பியோ. அவங்க அவங்க குடும்பம்னு வந்துட்டா சுயநலமா தான் யோசிக்கவே செய்யணும். அதை விட்டுட்டு உங்க பாசத்தை நிரூபிக்க எங்களோட வாழ்க்கைல நீங்க தலையிடற உரிமையை யார் தந்தா" என்ற கேள்விக்கு அவளால் பதில் சொல்ல முடியவில்லை.

அவள் யோசிக்கட்டும் என்று வெளியே வந்த கனி, நேரே அன்பிடம் வந்து, "உங்களுக்கு ஒரு குழந்தை பிறந்தா அது எங்களுக்கும் தானே குழந்தை. அந்த மாதிரி நீங்க ஏன் யோசிக்கலை" என்று கேட்டதும், அவசியம் தான் விளக்கம் சொல்ல வேண்டிய கட்டாயத்துக்கு தள்ளப்பட்டான்.

கொஞ்சம் மணி மேல் கோபமாகவே இருந்தான்.

"நான் குழந்தையை அபார்ட் பண்ண சொல்லி எதுவுமே சொல்லலை. கர்ப்பமா இருக்கது தெரிஞ்சும் எனக்கு கொஞ்சம் யோசிக்க டைம் தேவைப்பட்டது. ஒரு ரெண்டு மணி நேரம் தான் யோசிக்கறதுக்குள்ள. இப்படி ஒரு ஆர்ப்பாட்டம் பண்ணிட்டா. டாக்டர் ஃபிளைட்ல போகவேண்டாம்னு தடுத்தும், என்னை கட்டாயப்படுத்தி இங்க வரவைச்சிட்டா. இப்போ குற்றவாளி மாதிரி நான் தலைகுனிஞ்சு நிற்கறேன்" என்று பதில் சொல்ல, யாருக்கும் என்ன சொல்வ தென்றே தெரியவில்லை.

மணிக்கும் அப்போது தான், தான் செய்த தவறே புரிந்திருக்க அவசரப்பட்டு அனைவரின் முன்பும் பேசிவிட்டோமோ என்று வருத்தப்பட்டாள்.

சத்யாவும், ராஜனும், இது கணவன் மனைவி பிரச் சனை என்பதால் ஒதுங்கிக்கொள்ள, கார்த்திக்கோ மிகவும் கோபத்தில் இருந்ததால், தங்களது அறைக் குள்ளேயே நுழைந்து கொண்டான்.

அவனை சமாதானப்படுத்த கனி மேலே போகா மல், மணிக்கு உணவு கொடுக்க சமையலறைக்குள் நுழைய, அடுத்தக்கட்டமாக கார்த்திக். கனியின் வாழ்க்கைக்குள் நுழைய தேனும், மாதவும் திட்டம் போட்டார்கள்.

ஒரே குடும்பம் என்றாலும், அனைவரும் தங்களது குடும்ப வாழ்க்கைக்குள் மூக்கை நுழைப்பதை கார்த்திக் விரும்பவேயில்லை.

அதனால் ஏற்பட்ட கோபத்தை கனியின் மேல் காட்ட தயாராக காத்திருந்தான்.

சாண் ஏறினால் முழம் சறுக்கும் என்பதும் இது தானோ...!

21

கனி வீட்டில் இருந்தவர்களை கவனிக்க என்று கீழே இருக்க. மாதவின் சொல்படி தேன்மொழி கார்த்திக்கின் அறைக்கதவை தட்டினாள்.

அவன் வந்து திறக்கவும், ''உங்ககிட்ட கொஞ்சம் பேசணுமே'' என்றதும் வெளியில் இருந்த சோபாவில் அவளோடு அமர்ந்தான்.

''என்ன விஷயம்.''

''எனக்கு சுத்தி வளைச்சு எல்லாம் பேச தெரியாது. கனிக்கு உங்களை பிடிச்சிருக்கு. ஆனால் எந்த அளவுக்கு பிடிச்சிருக்குன்னு அவளுக்கே தெரியலை. நீங்க இன்னும் கல்யாண வாழ்க்கையை ஆரம்பிக் கலைன்னு உங்க தம்பியே வெட்ட வெளிச்சமாக் கிட்டார். அதனால என்ன சொல்றேன்னா நீங்க வேற பொண்ணுகூட ஆர்வமா பேசற மாதிரி ஒரு நாளைக்கு மட்டும் நடிங்க அவளுக்கு பொறாமை உணர்வு கண்டிப்பா வரும். அவ தன்னையே புரிஞ்சுப்பா'' வெட்டு ஒன்று துண்டு இரண்டு என்பது போல அழுத்தமாகவே அவளது பேச்சு இருந்தது.

''நீ சொல்ற ஐடியா நல்லாத்தான் இருக்கு. ஆனா அது எங்க வாழ்க்கைக்கு அவசியமில்லையே. என் மனைவியைத் தவிர வேறு யார் கூடவும் ஒரு பேச்சுக்குக்கூட என்னை சேர்த்து வைச்சுப் பேசறதை நான் விரும்பலை. அப்புறம் கனிக்கு பொறாமை வரும்னு சொன்னில்ல. கண்டிப்பா வராது. என்மேல அவ்வளவு நம்பிக்கைன்னும் சொல்லலாம். அதனால இனிமேல் இப்படி ஐடியா கொடுக்கறதை விட்டுட்டு சின்னப் பொண்ணு மாதிரி அமைதியா இரு... சரியா'' எனவும் அவள் முறைத்தாள்.

''எனக்கும் கனிக்கும் ஒரே வயசு தான்... தெரியுமா...''

''தெரிஞ்சு என்ன பண்ண போறேன்'' என்று விட்டேற்றியாக சொன்னவன். அங்கு கையில் காபியோடு வந்திருந்த மனைவியை தன்னருகே அமர்த்திக் கொண்டான்.

அதிலேயே தேனிற்கு அவர்களது நெருக்கம் புரிந்து போக, ''பாய் மாம்ஸ்... எனக்கு வேலை இருக்கு. கிளம்பறேன்'' என்று சென்று விட்டாள்.

மாதவின் சொல்படி தான் கனி காபி எடுத்து வந்திருந்தாள்.

கார்த்திக்கின் பேச்சு அவளுக்கு எப்படியொரு நிம்மதியை தந்தது என்று வரையறுக்க முடியாது.

கட்டிய மனைவியின் முன், அடுத்த பெண்ணை பார்த்து சைட் தானே அடிக்கறேன் என்று கேட்கும் ஆண்களின் மத்தியில் தன்னை தவிர வேறு யாருடனும் இணைத்துப் பேசக் கூட விரும்பாத கார்த்திக்கை நினைத்து அவளுக்கு பெருமையாக இருந்தது.

இதைவிட வாழ்வில் வேறென்ன வேண்டும்...!!

அந்த நினைவிலேயே அவனது தோளில் சாய்ந்தவளின் தலையில் தன் முகத்தை வைத்து அமர்ந்திருந்தவன், என்ன நினைததானோ, சட்டென்று நிமிர்ந்து, ''நாம ரெண்டு பேரும் பிரிஞ்சு வாழறோம்னு எல்லாருக்கும் ரொம்ப பளிச்சுன்னு தெரியுது. அதுக்கு காரணம் நீ தானே. எதுகது என்னை விட்டுட்டு தனியா மாமா வீட்டுக்குப் போன'' என்று அதட்ட, அதற்கு பதில் சொல்லி சமாதானம் செய்ய முடியாது என்பதால் அமைதியாகிவிட்டாள்.

அந்த அமைதியை அவன் விரும்பாமல், ''நாளைக்கு நான் வெளியூர் போறேன். திரும்பி வர எவ்வளவு நாளாகும்னு சொல்ல முடியாது'' என்றான்.

''எங்க போறீங்க?''

''சொல்ல முடியாது'' என்று விட்டு போக, இவருக்கு என்ன தான் ஆச்சு என்று குழம்பி போய்விட்டாள்.

இரவு உணவின் போது கனியின் அருகில் வந்த மணிமொழி, ''சாரி'' என்றாள்.

''அதெல்லாம் நான் அப்போவே மறந்துட்டேன்'' என்ற போதும் விடாமல்...

''நீ மறந்திருந்தா. இந் நேரம் நான் கர்ப்பமா இருக்கதை தெரிஞ்சு. சந்தோஷத்தில எனக்கு நீ முத்தம் கொடுத்திருப்ப. அப்போ உனக்கு பிடிக்கலையா'' கலங்கிப் போய் கேட்டவனை குறும்பாய் பார்த்தவள். கார்த்திக்கையும் ஓரக்கண்ணால் பார்த்து விட்டு,

''என்னோட ஆத்துக்காரர் யாருக்கும் நான் முத்தம் கொடுக்கக் கூடாதுன்னு ஆர்டர் போட்டுட்டார்... என்னால மீற முடியாதே'' எனவும் மணி சந்தோஷமாக பார்க்க, கார்த்திக்கோ முறைத்தான்.

அதையெல்லாம் பொருட்படுத்தாவதள் இரவு உணவை முடித்ததும், கையோடு அவனை இழுத்துக் கொண்டு தோட்டத்துப் பக்கம் சென்று விட்டாள்.

இரு வீட்டு பெரியவர்களும், அவர்களுக்குள் எந்த பிரிவும் இல்லை என்று சிறியவர்களுக்கு கண் ஜாடை காட்ட அவர்களும் புரிந்து கொண்டார்கள்.

அவர்களது செல்ல கிளிக்கு ரக்ஷி என்று பெயர் வைத்து அழைத்தாள் கனி.

ஒரு வார்த்தை கூட அவன் பேசவில்லை.

அவளுக்கு தான் சலிப்பாக போய்விட்டது. தான் இறங்கி வரும் போது அவன் வீம்பு பிடிப்பதும். தான் வீம்பு பிடிக்கும் போது அவன் இறங்கி வருவதும் வாடிக்கையாய் போய்விட்டது என்று எண்ணியவள் அதற்கு முடிவு கட்ட நினைத்தாள்.

''எதுக்கு நீங்க என்னை விட்டுட்டு ஓடறதில் லையே குறியாய் இருக்கீங்க'' என்று மரியாதைப் பன்மையில் அவனை அழைத்தாள்.

அதுவே அவனுக்கு ஆச்சர்யம்!

கேட்டு விட்டு இருக்கும் மரியாதையையும் காற்றில் பறக்க விடும் விருப்பமில்லாமல், ''எனக்கு உன்னை விட்டு தனியா இருக்கணும்னு தோணுது. அதான் போறேன்'' வீம்புக் கொண்டு சொன்னான்.

''வேணும்னே எதுவும் பேசாதீங்க. எனக்கு கோபம் வந்துடும்.''

''வரட்டுமே... அதனால் எனக்கென்ன'' அலட்சிய மாய் பதில் சொன்னான்.

''ரொம்ப ஓவரா போற கார்த்திக். நான் வேணும்னே உன்னை விட்டுப் போகலை. நீ தான் தாராளமா போன்னு அனுப்பி வைச்ச. இப்போ நீ கிளம்பி போனா, வீட்ல இருக்கவங்க என்ன நினைப்பாங்க.''

''அவங்க எதையாவது நினைக்கட்டும்னு தான் போறேன்.''

''நம்மளை பத்தி அவங்க எதுக்கு நினைக்கணும் கார்த்திக். இல்லை அவங்க என்ன நினைக்கறாங் கன்னு நாம ஏன் பொருட்படுத்தணும். இது நம்மளோட வாழ்க்கை. நமக்கு பிடிச்ச போது தொடங்கறதுக்கான உரிமை இருக்கு. அப்படி இருக்கும் போது அவங்க ஏதோ சொல்லிட்டாங்கன்னு இப்படி பிடிவாதமா என்கிட்ட சண்டை போடறது எனக்கு பிடிக்கலை.''

''எனக்கு கூட இப்போ உன்கிட்ட நின்னு பேசிட்டு இருக்கறது பிடிக்கலை'' என்றவன் திரும்பி வீட்டுக்கு நடக்க, கோபத்தை அடக்கிக் கொண்டவள் தானும் அவன் பின்னே நடந்து அறைக்குள் வந்தாள்.

அவள் பேசுவதற்கு வாய் எடுக்க, ''நான் தூங் கணும்'' என்றவன் உடனே படுத்து விட்டான்.

'இதென்ன வாழ்க்கை' இப்படி யோசிக்காமல் இருக்க முடியவில்லை.

தன் மனம் நிலையாய் இருப்பதை உணர்ந்த நேரம். அவன் இப்படி பேசுவது அவளுக்கு பிடிக்கவில்லை.

தன் மேல் ஏதும் பிழையா! யோசிக்கும் போது கொஞ்சம் அதிகமாக இருப்பது போலவும் இருந்தது. அதே நேரம் தன் மனதுக்கு தான் செய்தது சரி என்பது போலவும் இருந்தது.

மேலும் யோசிக்க மூளை இடம் கொடுக்காததால் தூங்க ஆரம்பித்தாள்.

அவள் விடியலை வரவேற்ற நேரம், அவளின் கணவன் அருகிலில்லை. கிளம்பிப்போய்விட்டான் என்பதை ஊகித்தாள்.

ஒரு வார்த்தையாவது சொல்லிவிட்டு சென்றிருக் கலாம். வருத்தப்பட்ட மனதை சமாதானப்படுத்தும் வழி தெரியாமல் தலையில் கை வைத்து அமர்ந்து விட்டாள்.

இங்கே பேருந்தில் அமர்ந்திருந்த கார்த்திக் தன் இருக்கைக்கு பக்கத்தில் இருந்த இருக்கையை கோபமாக பார்த்துக் கொண்டிருந்தான்.

என்னவோ மனைவி அங்கே அமர்ந்திருப்பது போல ஒரு நினைப்பு! கூடவே ஒரு முறைப்பு!

'எவ்வளவு முறை இங்க தான் போறேன் சொல்லி யிருப்பேன். கொஞ்சம் கூட புரிஞ்சுக்காத தத்தி' திட்டிக்கொண்டே இருக்கையில் சாய்ந்தான்.

கார்த்திக்கிற்கு எப்போதும் ஒரு பழக்கம் உண்டு. குறிப்பிட்ட நாளில் இங்கே தான் இருப்பேன் என்று ஒரு வருடத்திற்கு முன்பு சொல்லியிருந்தால் கூட சரியாக அந்த வருடம். அதே நாளில் அங்கு தான் இருப்பான்.

பயண விஷயத்தில் மட்டும் அவன் விட்டுக் கொடுத்ததே கிடையாது. கோவாவிற்கு சென்றதை வைத்தே கனி புரிந்து வைத்திருக்கலாம் என்று எண்ணினான்.

'எப்போது என் விருப்ப வெறுப்புகளை பற்றி அவள் நினைத்திருக்கிறாள்' என்றுமில்லாத அள வுக்கு மனம் அவளது அருகாமைக்கு தன்னை புரிந்து

கொண்டு ஆவலாக அவள் செய்யும் செய்கை
களுக்கும் மனம் ஏங்கி போயிருந்தது.

தன்னுள் காதலை விதைத்த பூமிக்கு வந்தவன்
விளைவாய் இருக்கலாம் என்று மனதை சமன்
படுத்திக் கொண்டாலும், இருவரும் முதல் முறை
இதே பேருந்தில் சந்தித்துக் கொண்டது நினைவுக்கு
வந்தது.

என்ன தான் முயன்றாலும், அதற்கு பின் நடந்த
எதையுமே மறக்க முடியவில்லை.

காதலை சொல்லாமல், அவளை கை பிடித்ததற்கு
தண்டனையாய் முழுதாய் இரண்டு வருடங்கள்.
இயந்திரம் போல் வாழ்ந்து, அவளையே நினைத்துக்
கொண்டு எந்நேரம் வேலை செய்து கொண்டு தான்
காத்துக் கிடக்க, அவளோ என் நினைப்பு கொஞ்சம்
கூட இல்லாமல் நிம்மதியாய் ஊர் சுற்றிக் கொண்
டிருந்திருக்கிறாள்.

நினைக்கவே நெஞ்சம் ஆறவில்லை!

இரண்டு வருடங்களுக்கு பின் அவளை சந்தித்த
போது, உள்ளுக்குள் எழுந்த உணர்வுகளை அடக்கி
வைத்திருந்தவனுக்கு இன்று ஏனோ அடக்க முடிய
வில்லை.

அவளது தோளைப் பற்றி உலுக்கி, தன்னுடைய
காதலின் அளவை விட, வேதனையை உணர்த்த
வேண்டும் போல் ஓர் உந்துதல்! இப்படியே திரும்பி

சென்றுவிடலாமா என்று கூட யோசித்தான். வீம்பு தடுத்தது...!!

அவளில்லாமல் என்னால் வாழ முடியாதா! தன்னையே கேட்டுக்கொண்டவனுக்கு இத்தனை நாளாய் இதற்கான விடை உனக்கு தெரியவில்லையா என்று நெஞ்சம் வேண்டுமென்றே அவன் பட்ட கஷ்டத்தை நினைவுபடுத்தி தொல்லை செய்தது.

அப்படி என்ன கஷ்டப்பட்டுட்ட - கேள்விகேட்ட மனதை பதில் கேள்வி கேட்டு அடைத்தான்.

உனக்கும் எனக்கும் இனி எந்த சம்மந்தமும் இல்லை என்று அவள் சொல்லிவிட்டு சென்ற வார்த்தைகளின் வீரியம். இன்று மனைவியாய் தன்னை ஏற்றுக் கொள்ளும் பக்குவத்துடன் வந்திருந்த மனைவியைக் கண்டதும் இன்று அதிகமாய் தெரிந்தது.

என்னை ஏற்றுக்கொள்ள வந்திருக்கிறாள் - திரும்ப ஒரு முறை உருப்போட்டுக் கொண்டான்.

என் காதலை புரிந்து கொண்டு வந்திருக்கிறாள் - நினைக்கவே நெஞ்சம் வலித்தது.

ஒருவரின் காதலை மற்றவர் புரிந்து கொண்டால் காதல் அதிகமாகும் வாய்ப்பு இருக்கிறதே தவிர, காதல் புதிதாய் உருவாகும் வாய்ப்பு இல்லை.

என் மேல் இரக்கம் காமிக்கிறாளா - வேண்டுமென்றே மனம் கண்டதையும் நினைத்து வேதனைப் படுத்தியது.

இதே நினைவில் இருந்தவன் பேருந்தை விட்டு இறங்கி காட்டுக்குள் செல்லும் போதும், அன்று தன்னுடன் அவள் இருந்ததை மீண்டும் நினைத்துப் பார்க்க வைக்கும் இந்த மனதை என்ன செய்யலாம். யோசித்தான்.

விடை கிடைக்கத்தான் இல்லை...!!

இருவரும் சேர்ந்து பயணித்த அதே காட்டுப் பாதை.

நம்பி வந்தவளுக்கு வழி காட்டும் எண்ணத்தோடு எல்லாவற்றையும் செய்திருந்தாலும், அதையும் மீறி ஓர் ஈர்ப்பு அப்போதே இருந்திருக்க வேண்டும் என்பதை அவளுடன் இருந்த தருணங்களை மறக் காமல் நினைவு வைத்திருக்கும் நெஞ்சம் எடுத்து சொல்லியது.

முன்பு அவர்கள் தங்கியிருந்த வீட்டை கோவிந்த னிடம் சொல்லி வேறு யாருக்கும் கொடுக்காதபடி எழுதி வாங்கியிருந்தான்.

தினமும் வந்து ஆட்கள் சுத்தம் செய்துவிட்டு போகிறார்கள் என்பதை கதவை திறந்து உடன் புரிந்துகொண்டான்.

ஏதோ ஒரு ஆவல்...!!

தனக்கு முன் அவள் வந்திருப்பாளா! அதிர்ச்சி கொடுப்பாளா! ஆர்வத்துடன் எட்டிப் பார்த்தவனுக்கு ஏமாற்றமே கிடைத்தது.

தான் தங்கும் அறைக்கு செல்லாமல் அவள் தங்கியிருந்த அறைக்குள் நுழைந்தான்.

எதையும் அதற்கு மேல் யோசிக்கும் எண்ணமில் லாமல் தலையணையை அவளாக நினைத்து, அணைத்துக்கொண்டு படுத்தான்.

நின்று போகும் இதயம்

மீண்டும் ஓர் முறை துடிக்கக் கண்டேன்...

கனாவில் உன் காதல் மொழி கேட்டு!!

நிஜத்தில் ஓர் முறையாவது

காதலை சொல்லிவிடு பெண்ணே!

22

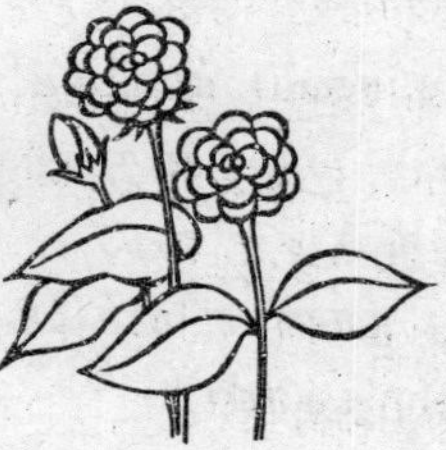

தோட்டத்தில் வரும் மல்லிகையின் வாசனையை நுகர்ந்துகொண்டு அங்கிருந்த கல்லில் அமர்ந்து, ''வாழ்வே மாயம்'' என்பது போல முகத்தை வைத்துக் கொண்டு அமர்ந்திருந்தான்.

எந்த நிலையிலும் யாருக்காகவும் அவ்வளவு சீக்கிரம் ஏங்கி தவிக்காத இந்த மனது, அவளுக்காக மட்டும் ஏன் இப்படி ஏங்கி தவிக்கிறது என்று புரிய வில்லை.

எதையோ இழந்து விட்டது போன்ற உணர்வு! என்ன செய்தாலும் அந்த உணர்வை போக்க முடிய வில்லை.

கதவை யாரோ தட்டுவது போல இருக்க கோவிந் தனின் அம்மாவாக இருக்கும் என்று போய் திறந் தவன் அங்கே கோவிந்தனே நிற்க, ''என்னடா... இங்க வர்றேன்னு சொல்லவேயில்லை'' என்றவன் கோவிந்தனின் கையில் இருந்த ஒன்றரை வயது குழந்தை விஷ்ணுவை வாங்கிக் கொண்டான்.

''மாமா'' என்று விஷ்ணுவும் அவன் கழுத்தைக் கட்டிக்கொள்ள அதன் பின் காலை உணவு வரை அவனுடனே கார்த்திக்கிற்கு பொழுது போனது.

கோவிந்தன் வாயை வைத்து அமைதியாக இருக் காமல்,''உனக்கும் குழந்தை பிறந்திருந்தா. இப்போ இந்த வயது இருக்குமில்ல... உன்னோட பொறு மையை பார்த்து நான் வியக்கேன்'' என்று சொல்ல, நண்பனை முறைத்தான்.

''ஏண்டா எப்போ பார்த்தாலும் இப்படி சோக மாகவே இருக்க... வாழ்க்கையை நாம தான் சந் தோஷமா மாத்திக்கணும். என்னைக் கேட்டா தப்பு முழுக்க உன்மேல தான் இருக்குன்னு சொல்லுவேன்'' என்ற நண்பனை புரியாமல் பார்த்தான்.

''லவ் சொல்றதுக்கு முன்னால, கல்யாணம் எப்படி இருக்கும்னு உன்னை யார்டெமோ காட்ட சொன்னது... காட்டினதும் காட்டின... அப்படியே குழந்தை

பிறக்கறதுக்கு அதே வழியை பின்பற்றுவது தானே''
என்று ஆலோசனை கொடுத்த நண்பனின் மேல் கீழே
கிடந்த பந்தை எடுத்து வீசினான்.

கோவிந்தனின் அலறல் கேட்காமல், ''ஆஆஆ''
என்ற பெண் கேட்க, வாயிலை பார்த்த கார்த்திக்
அதிர்ந்து தான் போனான்.

கனி தான் நின்றிருந்தால் என்றாலும், அவளது
தலையை வீங்க வைத்திருந்தான் கார்த்திக்.

இவர்களுக்கு நடுவில் இருந்து அடி வாங்க விரும்
பாமல் விஷ்ணுவை தூக்கிக் கொண்டு சத்தமில்
லாமல் வெளியேறிவிட்டான் கோவிந்தன்.

அவசரமாக வாயிலை நோக்கி வந்தவன் தன்
னுடைய பரிதவிப்பையும் கோபமாகத்தான் காட்டி
னான்.

''இப்போ நீ எதுக்கு வந்த... எப்படி வீங்கி
போயிருக்கு பார்... டாக்டர்கிட்ட போயிட்டு வரலாம்
வா'' என்று ஆர்ப்பாட்டம் செய்ய...

''இவ்வளவு தூரம் நடந்து வந்தது எனக்கு கால்
வலிக்குது. இன்னும் ஒரு அடி கூட என்னால
எங்கேயும் நடக்க முடியாது'' என்றவள் கையில்
இருந்த பெரிய பேகை வீட்டுக்குள் வீசியவள் அங்கு
திண்ணை போன்ற அமைப்பில் இருந்த கல்லில்
அமர்ந்து கொண்டாள்.

''கால் வலிக்கும் சேர்த்து பார்க்கலாம் வா'' என்று
அவன் அழைக்க முறைத்துப் பார்த்தாள்.

''நீயெல்லாம் லவ் பண்றேன்னு வெளில சொல்லிக்காத... எப்போ பார்த்தாலும் ஒண்ணு முறைக்கறது... இல்ல அம்மாஞ்சி மாதிரி முகத்தை வைக்கறது. பொண்டாட்டி கால் வலிக்குதுன்னு வாசல்லேயே உட்கார்ந்திருக்கா... உள்ள கூட்டிட்டுப் போகணும்னு அறிவு கூட இல்ல... நீயெல்லாம் என்னடா லவ் பண்ற'' என்று அவனை மரியாதையே இல்லாமல் திட்ட ஆரம்பிக்க... மொத்தமாக அவளை கையில் அள்ளிக்கொண்டான்.

இதை தானே எதிர்பார்த்தாள். தயக்கமில்லாமல் அவன் கழுத்தைக் கட்டிக் கொண்டாள்.

அவளை தூக்கிக் கொண்டு முன்பு அவள் இருந்த அறைக்கு கொண்டு போக, ''உன்னோட ரூம்ல கொண்டு போய்விடு'' என்று அதட்டினாள்.

''இது தான் என்னோட ரூம்.''

''அப்போ இங்க வேண்டாம். நான் அந்த ரூம் போறேன்'' என்றவள் அவன் கையிலிருந்து குதித்து இறங்க...

''உனக்கு கால் வலி...ம்ம்ம்'' நக்கலாக கேட்டவனை பார்த்து... ''ரொம்ப கால் வலிக்குது கார்த்திக்...'' என்று வேண்டுமென்றே காலைப் பிடித்துக் கொண்டு சோபாவில் அமர்ந்து கொண்டாள்.

அதில் கடுப்பானவன், ''உன்னை யார் இங்க வர சொன்னது'' என்று கேட்டான்.

எதிர்பார்த்து காத்திருந்தவன் தான் என்றாலும், அதை காட்டிக் கொள்ள ஈகோ இடம் கொடுக்க வில்லை.

''பலமுறை கேட்ட கேள்வியை நான் இன்னைக்கு கேட்கறேன்... நீ என்ன லவ் பண்றியா இல்லையா...''

அவளைப் போலவே அவனும் ''தெரியலை'' என்றான்.

''உனக்கே தெரியலை. இந்த லட்சணத்தில நீ எதுக்கு என் மேல கோபப்படற... நான் உன்னைத் தேடி வரணும்னு எப்போ பார்த்தாலும் நீ நினைக்க றீயே... ஒரு முறையாவது என்னைத்தேடி நீ வந் திருக்கியா.''

''இதென்ன பிளேட்டையே திருப்பி போடற.''

''ஹான்... பிளேட்டை திருப்பி போடறேனா... காட்டுக்குள்ள வரும் போது உன் கூட பேசினது யாரு... நான் தானே... நீயா வந்து பேசின...''

''கல்யாணம் பண்ணிக்கும் போது நானா தான் வந்து உன் கையைப் பிடிச்சேன். நீ நல்லவன் மாதிரி கையைக் கட்டிக்கிட்டு நின்ன.''

''கோவா போகும் போது உன் பின்னாடியே லூசு மாதிரி நான் தான் வந்தேன்...''

''பொண்டாட்டி கோபமா பிறந்த வீட்டுக்கு போறேன்னு சொன்னா... ரொம்ப சந்தோஷம்னு நீ கொண்டு போய் விட்டுட்டு வந்த பின்னாடியும்...

விடியக் கூட இல்லாத நேரத்தில, வீட்டுல யார் கிட்டயும் சொல்லாம நான் தான் உன்னை தேடி வந்தேன்...''

''இப்பவும் நான் தான் தேடி வந்திருக்கேன்... எப்போ பார்த்தாலும் எடுத்த வேலையை முழுசா முடிக்காம... நான் ஏதோ சொல்லிட்டேன்னு பாதியி லேயே என்னை விட்டுட்டு ஓடிப் போயிடறதிலேயே குறியா இருந்திருக்க... இப்போ உன்னால நான் பைத்தியக்காரி பட்டத்தை வாங்கிட்டு வந்து நிக்க றேன்'' எனவும்...

''யார் உன்னை அப்படி சொன்னது'' என்று முன்னே அவள் கூறியதை எல்லாம் விட்டுவிட்டு இறுதி வாக்கியத்தை பிடித்துக் கொண்டான்.

''எல்லாம் நம்ம ரெண்டு வீட்ல இருக்க ஆளுங்க தான்... வேற யார் சொல்லுவாங்க... நீ இருக்க இடத்துக்கு நான் போகணும்னு சொன்ன உடனே, எல்லாரும் என்னை எப்படி பார்த்தாங்க தெரியுமா... அதுவும் அத்தை...'' என்று பல்லைக் கடித்தவள்...

''நான் அன்னைக்கு காலையிலேயே உன்னை தேடி வந்தப் போ... எண்ணெய் வழிஞ்ச முகத்தோட இருந்தேனாம்... என் மகன் மேல பைத்தியமா இருக்கான்னு ரொம்ப பெருமையா பேசறாங்க... உன்னால தான் இப்படி எல்லாம் பேசறாங்க'' என்று அவள் பொரியவும்... இவ்வளவு நேரம் இருந்த தவிப்பு குறைவது போல உணர்ந்தான்.

''நான் இங்க இருக்கேன்னு எப்படி தெரிஞ்சது'' என்று அது தான் மிகவும் முக்கியம் என்பது போல கேட்க.

''கழுதை கெட்டா குட்டி சுவர்னு யாருக்குத்தான் தெரியாது'' என்று அலட்டிக்காமல் சொல்லிவிட்டு காலில் இருந்த ஷூவை கழட்ட ஆரம்பித்தாள்.

''என்னை பார்த்தா உனக்கு கழுதை மாதிரி தெரியுதா'' என்று அவன் எகிற...

''நிச்சயமாக இல்லை... ஈகோ பிடிச்ச சாதாரண மனுஷன் மாதிரி தான் இருக்க... என்னை இவ்வளவு நாளா லவ் பண்றேனா... இல்லையான்னு கேட்டு தொந்தரவு பண்ணியே... ஒரு தடவை... ஒரு தடவையாவது நீ என்னை பார்த்து லவ் பண்றேன்னு சொல்லியிருக்கியா'' எனவும் அவள் வார்த்தையை தட்டாத நல்ல பிள்ளையாக யோசிக்க ஆரம்பித்தான்.

செயல்களால் உணர்த்தியிருப்பானே தவிர ஒரு முறை கூட வாய்விட்டு சொன்னது போல் அவ னுக்கே நினைவில்லை.

''சொல்லலை தான். என்னோட செயல்கள் மூலமா நான் காமிச்சனே'' என்று அவன் தன் மேல் தப் பில்லை என்று சொல்ல,

''கிழிச்ச...'' என்று அவனை திட்டவும் பரிதாபமாக பார்த்தான்.

அதற்கும், ''பச்சைப் பிள்ளை மாதிரி ஆக்ட் கொடுக் காத... எனக்கு கெட்ட கோபம் வந்துடும்... ஒரு

பொண்ணோட மனசு என்னன்னு கூட தெரியாம ஒவ்வொரு முறையும் எல்லாத்தையும் பண்ணிட்டு கடைசியில் அம்மாஞ்சி மாதிரி முகத்தை வைச்சுக் கிட்டு, எல்லார்கிட்டயும் நான் தான் உன்னை விலக்கி வைச்சிருக்கேன்ற மாதிரி ஒரு பிரம்மையை உருவாக்கி... நீ கார்த்திக்ன்றத ப்ரூப் பண்ணிருக்க... படு மோசமான வில்லன்டா நீ'' என்று அவன் குணத்தை அவனுக்கே தெளிவாக எடுத்துரைக்க வியந்து போய் பார்த்தான்.

அவள் சொல்வது உண்மையும் கூட... எப்போதும் தன்னை சுற்றியிருப்பவர்கள், 'தான் இப்படித்தான்' என்று அவர்கள் நம்பும் படியாக ஒரு பிரம்மையை உருவாக்கி வைத்திருப்பான்.

கண்டுபிடிச்சுட்டாளே ராட்சசி...!!

''இப்போ அதே டெக்னிக்கை நானும் யூஸ் பண்ணி யிருக்கேன். உன் மேல நான் பைத்தியமா இருக்க மாதிரி ஒரு பிரம்மையை வீட்ல உருவாக்கிவிட்டு வந்திருக்கேன்'' என்றதும்,

''என்னது'' என்று அவன் அலற...

''இப்போ நீ என்ன பண்றேன்னா... மறுபடியும் முதல்ல இருந்து ஆரம்பி...'' எனவும் பதறித்தான் போனான்.

காதலை மட்டுமே மனதில் நிறுத்தி வாழும் நிலையை கடந்து பல நாட்கள் ஆகிறது...!!

உள்ளுக்குள் இருக்கும் நேசத்தை, புயலாக மாறி அவளிடம் உணர்த்த அவன் காத்திருக்க... "மறுபடியும் முதல்ல இருந்தா... முடியாது... முடியவே முடியாது" என்று கிட்டத்தட்ட அலறினான்.

"நீ இப்படி அலறினா நான் விட்டுடுவேனா... இனி உன்னை தேடி நான் வரமாட்டேன்... நீதான் வரணும்... இப்போ நான் கிளம்பறேன்... பஸ்ஸுக்கு டைம் ஆச்சு" என்று கிளம்பியவளை பார்த்து நக்கலாக சிரித்தான்.

"உடனே கிளம்பறவ தான் இவ்வளவு பெரிய பேக்கோட வந்தியா."

"அதுல என்னோடது எதுவுமே இல்ல பேபி... உன்னோடது தான் இருக்கு... இன்னும் கொஞ்ச நாள் கழிச்சே நீ சென்னை பக்கம் வா."

"மீ பேபி..." என்று சிறுபிள்ளை போல அவன் கை வைத்து வினவ...

"நீ தான் அந்த பேபி... குட்டி பாப்பா... எல்லாம்" என்று வேண்டுமென்றே அவனை கடுப்பேற்றவும் கோபமாகிப் போனவன் அவள் உணரும் முன்பே, கையில் அள்ளிக் கொண்டான்.

"இறக்கி விடுடா" என்று அவள் திமிர...

"நீ தானே முதல்ல இருந்து ஆரம்பின்னு சொன்ன... அதான் ஆரம்பிக்கப் போறேன்... எப்போ இருந் துன்னா...? 2 வருஷத்துக்கு முன்னாடி நமக்கு

கல்யாணம் ஆச்சே... அன்னையில இருந்து... இதே தேதி தான்'' என்றவன் கடிகாரத்தை பார்த்துவிட்டு...

''நமக்கு கல்யாணம் முடிஞ்சு சரியா பத்து நிமிஷம் ஆச்சு... அதுக்கு மேல இப்படியெல்லாம் நடந்திருந்தா நல்லாயிருக்குமேன்னு பல நாளா யோசிச்சு யோசிச்சு நொந்து போயிருக்கேன்... அதை இப்போ நிஜத்தில செயல்படுத்த போறேன்...'' என்று சொல்லவும் பயந்து தான் போனாள்.

கிட்டதட்ட மிரட்டல் போல இருந்தது அவன் பேச்சு.

'பயப்படாதே... பீ ஸ்டடி இன்னும் நிறைய அவனை அலற வைக்கணும்'' என்று தன்னைத் தானே தேற்றிக் கொண்டு அவள் இறங்க முயல அவனே இறக்கிவிட்டான் மஞ்சத்தில்...

ஆவலோடு அவளை நெருங்கியவன் கண்களில் இவ்வளவு நாள் காக்க வைத்து, மனதை காயப் படுத்திய வலியோடு காதலோடு சேர்ந்த கோபமும் இருக்க. அதை அவளிடம் அவன் காட்ட தொடங்க. அவனை தள்ளிவிட்டு அவள் எழு, ''ஏண்டி இப்படி பண்ற...'' கோபத்தோடு கேட்டவனிடம்.

''நீ தானே இன்னைக்கு நமக்கு கல்யாணம் ஆச்சுன்னு சொன்ன... அப்போ நான் எவ்வளவு கொலை வெறியில் இருந்தேன் தெரியுமா... நான் அதை எல்லாம் உனக்கு காட்ட வேண்டாமா'' என்று

அங்கிருந்த தலையணையை எடுத்து அவள் மொத்த விளையாட்டுக்கு அடிக்க ஆரம்பித்தாலும், ஒரு கட்டத்தில் தன் கைகொண்டு அவனை தீவிரமாக அடிக்க தொடங்கினாள்.

அவன் தடுக்கவில்லை.

கோபமெல்லாம் கரைந்தால் தான் காதலை அவள் வெளிப்படுத்த துணிவாள் என்பதால், சிறிது நேரத்தில் கிடைக்கப் போகும் காதலுக்காக இப்போது அடி வாங்கினான்...

அவனை அடித்து ஓய்ந்தவள் அவன் மேல் சாய்ந்து கொண்ட அழ ஆரம்பித்தாள்.

''உன்னை நம்பி வந்த பொண்ணுக்கிட்ட உன்னால எப்படி அப்படி நடந்துக்க முடிஞ்சுது... கார்த்திக்கா இப்படி நடந்துக்கிட்டான்னு எத்தனை முறை யோசிச்சு அழுதிருக்கேன் தெரியுமா... என் வீட்டுல இருக்கறவங்ககிட்ட, நடந்த எதையுமே நான் சொல்லலை. கிட்டதட்ட உள்ளுக்குள்ள எல்லாத்தையும் போட்டு பூட்டி வைச்சுக்கிட்ட நிலைமை. யார்கிட்டவும் சொல்லவும் முடியலை...''

''நடந்ததெல்லாம் ஒரு விஷயமே இல்லை... கல்யாண சடங்கை மட்டும் செய்துட்டா... நான் உனக்கு சொந்தமாகிடுவேனான்னு நினைச்சு. நினைச்சு உன் மேல வெறுப்ப வளர்த்துக்கிட்டேன்... நீ கொஞ்ச நாள் கழிச்சு வந்து, என்கிட்டே சாரி கேட்டிருக்கலாமில்ல''

என்று குழந்தை போல தலையை நிமிர்த்தி அவனை பார்த்து கேட்க, அவன் பதில் சொல்லவில்லை.

''ஒரு சாரி கேட்க கூட உனக்கு துப்பில்ல'' என்று ஆங்காரமாய் திட்டியவள். ''2 வருஷம் கழிச்சு...'' என்று சொல்ல வந்தவளிடம்...

''2 வருஷம் இல்ல... 1 வருஷம் ஏழு மாசம்... இருபது நாள்'' என்று கணக்கெடுத்து சொல்ல,

''நீயெல்லாம் திருந்தவே மாட்ட...'' என்றவள் விட்ட இடத்திலிருந்து தொடரும் விதமாக, ''திரும்ப வந்து பார்த்த போதும், பார்க்காத மாதிரி என் வீட்டு சோபாவில உட்கார்ந்துட்டு... பெரிய இவன் மாதிரி பாரதியார் கவிதையை போன்ல போட்டு, கண்ணை மூடி கேட்டுட்டு இருக்க... அப்போ கூட என்னை தெரிஞ்ச மாதிரி ஒரு ரியாக்ஷன் கூட காமிக்கலை...''

''நீயும் திருந்தி நல்லவனாகிட்டன்னு பார்த்தா... படுபாவி'' என்று மறுபடியும் அவனை அடிக்க...

''போதும்... வலிக்குது... அழுதுடுவேன்'' என்று வடிவேலு டயலாக்கை எடுத்து விட, அவளுக்கு காமெடி கிங் வடிவேலுவை பிடிக்கும் என்பதால் அடி வாங்காமல் தப்பித்துக் கொண்டான்.

''எல்லார் முன்னாடியும். கல்யாணம் ஆகிடுச்சுன்னு சொல்ல உனக்கு எவ்வளவு தைரியம்...'' என்று கண்ணை உருட்டி மிரட்ட... அவள் செய்த விதம் அவனை ரசிக்க வைக்க... மென்மையாக அவளது கண்ணில் இதழொற்றினான்.

''என்னை நீ திசை திருப்பற'' என்று எச்சிலை துடைத்து விட்டவளை முறைத்து. மீண்டும் அங்கே தன் அச்சாரத்தை வைக்க, ''அசிங்கம் பண்ணாதே'' என்று மீண்டும் துடைக்க... அவள் அமைதியாகும் வரை ஆசையோடு முத்தம் வைத்துக் கொண்டிருந் தான்...

''காதல்ல சரி... தப்புன்னு எதுவுமே கிடையாது. என்னை பொருத்தவரைக்கும் நான் செய்ததில தப்பே இல்லை. பிடிச்சிருந்தது... கல்யாணம் பண் ணிக்கிட்டேன்... வேற எந்த விதத்திலாவது தொந் தரவு பண்ணேனா... இந்த கார்த்திக்கும் கொஞ்சம் நல்லவன் தான்... இப்போ கூட நீ மனம் விட்டு பேசறதுக்காக உன்னோட பேச்சை மீறி நான் அமைதி யாயிருக்கேன்...'' என்றவனை குழப்பமாக ஏறிட் டாள்.

''நீ தானே ஆரம்பிச்ச வேலையை நான் பாதி யிலேயே விட்டுடறேன்னு திட்டின... இனி அப்படி நடந்துக்க மாட்டேன்'' என்றவன் அதற்கு மேல் அவள் இதழ்களுக்கும், தங்களை சுற்றியுள்ள உலகத்திற்கும் அவனே ஆட்சியாளனாக மாற... மெல்ல மெல்ல அவனை சரணடைந்தவளின் முகத்தில் இதுவரை அவன் கண்டிராத வெட்கத்தை பார்க்க, மொத்தமாக ஆட்சியை அவள் கையில் கொடுத்து விட்டு சேவகத்தில் ராஜாவாக மாறிப் போனான்.

நான்கு கண்களும் கனவில் நடத்திய காதலை விட, நிஜத்தில் அதிகமாக காதலை காட்டிக் கொண் டிருந்தது.

இப்போதும் இருவரும் காதலை சொல்லிக்கொள்ள வில்லை என்பது அவர்களுக்கு மட்டுமே தெரிந்த மிக முக்கியமான ரகசியம்.

மீண்டும் அதையே சொல்லி சண்டையிட்டுக் கொள்ளலாம் அல்லவா...!!

இரவுப் பொழுது வரை கொஞ்சல் சீண்டல் எல் லாம் நடந்து முடிக்க, கார்த்திக் தன்னுடைய காதலை உணர்ந்த இடத்திற்கு கனியை அழைத்து செல்ல ஆசைப்பட்டு அவளை அழைத்தான்.

''என்னால முடியாது போ... தூக்கம் தூக்கமா வருது...'' என்று சிணுங்கினாள்.

''நீ வந்து தான் ஆகணும்'' என்று அவனும் பிடிவாதம் பிடிக்க...

''எப்போ பார்த்தாலும், நீ நினைச்சதை செய்து முடிச்சே ஆகணும்ன்ற மாதிரி என்கிட்ட பேசாதே... கடுப்பா இருக்கு'' என்றவள் திரும்பவும் தூங்கப் போக, கரண்ட் போய்விட்டது.

இருட்டுக்குள் ஒன்றும் தெரியவில்லை என்றதும், ''கார்த்திக்'' என்று பக்கத்தில் இருந்தவனை சத்தம் போட்டு அழைத்தான்.

''ஜன்னலை திறந்து விடறேன்... இரு'' என்றவன் அவர்களது தேடலுக்காக அடைந்து வைத்திருந்த ஜன்னலை அப்போது தான் திறந்து விட்டான்.

பௌர்ணமி இரவு என்பதால் வானம் அழகாக ஜொலித்தது.

''இப்போ என் கூட வெளிய வர்றியா... இல்ல இங்கேயே இருக்கியா''எனவும் வேறு வழியில்லாமல் அவனுடன் சென்றாள்.

ஆற்றங்கரைக்கு செல்லும் முன் எதிரில் கோவிந்தன் தென்பட்டான்.

''இந்த நேரத்தில் என்னடா பண்ணிட்டு இருக்க'' என்று கேட்ட நண்பனை முறைத்தான் கோவிந்தன்.

கரண்ட் போனதால் அழும் குழந்தையை வெளியே தூக்கிக் கொண்டு வந்து விளையாட்டுக் காட்டிக் கொண்டிருந்தவனிடம் இப்படி கேட்டால், அவனுக்கு கோபம் வரத்தானே செய்யும்...!

''புதுசா கல்யாணம் ஆனவனுக்கு வேணா, கரண்ட் போனா கொண்டாட்டமா இருக்கலாம்... என்னைப் போல பிள்ளைகுட்டி வைச்சிருக்கறவனுக்கு பெரிய திண்டாட்டம். என்னோட வயித்தெரிச்சலை வாங்கிக் கட்டிக்காம, மரியாதையா எங்க போக ணுமோ போயிடு'' என்று மிரட்டுவும் சிரித்த கார்த்திக், கனியை அழைத்துக் கொண்டு நகர்ந்து விட்டான்.

"அந்த அண்ணா ஏன் அப்படி கோபப்படறாங்க... எனக்கு புரியவே இல்லை" என்று கேட்டவளின் காதில் பெரிய விளக்கத்தைக் கொடுத்து, அவளை சிவக்க வைத்து, இன்னும் கொஞ்சம் சற்று நெருங்கி அவளுடன் நடந்தான்.

ஆற்றங்கரைக்கு ஒரு படகு இருக்கவும் கார்த்திக் தான் சொல்லி வைத்திருப்பான் என்று புரிய, "இதை யெல்லாம் எப்போ நீ ரெடி பண்ண. நான் இன்னைக்கு வரலைன்னா என்ன செய்திருப்ப" என்று கேட்ட வளை நோக்கி மாயப்புன்னகையை வீசியவன்...

"மதியம் நீ சமையல் செய்தே தீருவேன்னு அடம்பிடிச்சு, என்னை விட்டுட்டு போன போது படகுக்கு சொல்லி வைச்சேன்" எனவும் சமைய லறைக்கு செல்லும் முன் அவன் செய்த செய்கைகள் நினைவில் வந்து மனம் அலைபாய, மூச்சை உள் ளிழுத்து தன்னை நிதானப்படுத்தியவளிடம் அவன் கேலியாக பேச...

"இன்னும் இந்த மாதிரியான கேலிப் பேச்சுக்கு என் மனசு தயாராகலை... தயவு செய்து இன்னும் கொஞ்ச நாளைக்கு இப்படி கிண்டல் பண்ணாதே... எனக்கு ஏதோ... ப்ச்ச்... சொல்ல தெரியலை" என்று சொல் லவும், அவனை விட்டு ஓடி ஒளிந்திருந்த சந்தேகம் மீண்டும் வந்து ஒட்டிக் கொண்டது.

'என்னை பிடிக்காம தான்...' என்று எண்ணம் போக. ஏன் இங்கே வந்தோம் என்ற நிலைக்கு தள்ளப்பட்டான்.

படகில் ஏறாமல் அவன் வானத்தையே வெறித்துப் பார்த்துக் கொண்டிருக்க அவளுக்கு ஏனென்று புரிந்தாலும் சமாதானம் செய்ய மனம் வரவில்லை.

சில விஷயங்களை ஒரு முறை தான் சொல்லி புரிய வைக்க் முடியும். திரும்ப திரும்ப சொன்னால் அதற்கு மதிப்பிருக்காது என்பதால் அவளே படகில் அமர்ந்து கொண்டாள்.

இவனும் வேறு வழியில்லாமல் ஏறிக் கொண்டு படகை செலுத்த ஆரம்பித்தான்.

நடு ஆற்றில் படகை நிறுத்தியவன் மனமோ, என்னவெல்லாம் சொல்ல ஆசைப்பட்டு இங்கே வந்தோம்... சொன்னால் வேதனைப்படுவாளோ என்று தயங்கினான்.

அவள் சமாதானம் செய்ய முடியவில்லை என்றாலும், முன் நடந்த சம்பவங்களை நினைவுபடுத்தி அவனுடன் பேச தொடங்கினாள்.

''அன்னைக்கு ஏதோ என் காலை கடிச்சுடுச்சுன்னு சொன்ன சமயம் ஏதோ ஒரு கதை சொன்னியே... ரொம்ப நல்லா இருந்தது. எங்க இருந்து பிடிச்ச'' என்று அவனை ஒட்டிக் கொண்டு அமர்ந்து கேட்க, கொஞ்சம் சமாதானம் ஆனான்.

''ஏன் அப்படி பேசக் கூடாதுன்னு சொன்ன'' என்று அவள் கேட்டதுக்கு பதில் சொல்லாமல், அவன் தன் பிடியில் நிற்கவும், சலித்துப் போனவள்

சட்டென்று எதையும் யோசிக்காமல் நீருக்குள் குதித்தாள்.

''ஏய் என்ன பண்ற?'' என்று கேட்டவனும் பதறிப் போய் அவனும் குதிக்க... சற்று தூரத்தில் நிலையாக நின்றிருந்த மனைவியை பார்த்த போது தான் ஒன்றை உணர்ந்தான்.

ஆற்று நீர் அவர்களது தோளுக்கு தான் இருந்தது.

''அடப் பாவி மக்கா... தண்ணீர் அதிகமா இருக்கு. காத்து திசை மாறி வீசும்னு சொல்லி, இந்த படகுக்கு வேற காசை அதிகமா பிடிங்கினானே'' என்று வாய்விட்டே அவன் புலம்ப...

''நீயெல்லாம்'' என்றவள் திட்டப் போகிறாள் என்று நினைத்து அவன் பார்க்க... அவன் அருகில் வந்தவள்.

''இவ்வளவு பக்கத்தில தண்ணீல இருக்காளே... எதுவும் ரொமாண்டிக்கா பேசுவோம்னு இல்லாம காசு போனதை பத்தி பேசிட்டு இருக்க. நீயெல்லாம் எப்போ உருப்படப் போற'' என்று சொல்ல...

''நீ தானே அப்படியெல்லாம் பேச வேண்டாம்னு சொன்ன'' திகைப்புடன் கேட்டவனின் தலையிலையே கொட்டினாள்.

''இப்படி எல்லாம் நீ இருக்கறதினால தான் ரெண்டு வருஷம் தேவதாசா சுத்திட்டு இருந்திருக்க'' என்று சொல்லவும் அவனுக்கு கோபம் வந்து விட்டது.

"நீ என்னை ரொம்ப கேவலப்படுத்துற. நான் செய்ததினால காயம்பட்ட உன்னோட மனசு. நாள்ப் பட்ட ஆறிடும்னு தான் உன்கிட்ட வராம இருந்தேன். ரெண்டு வருஷத்துக்குப் பின்னாடி வந்து உன்னை கட்டாயப்படுத்தி கல்யாணம் பண்ணிக்க சொல்லி மிரட்டின எனக்கு, உன்னையும் உன் குடும்பத் தையும் மிரட்டி உன்னை தூக்கிட்டு வந்திருக்க ஒரு நாள் கூட அதிகம் தான்" என்றான்.

"மிரட்டுவியா நீ" கேலியாக கேட்டவளை புரிந்து கொள்ளாமல், "ஆமாம்" என்று தலையசைத்தான்.

குளிர்ந்த நீரில் நீண்ட நேரம் நின்று கொண் டிருந்ததால் அவளுக்கு குளிரெடுக்க, "போகலாம் வா என்னால முடியலை" என்றாள்.

"நீ தானே குதிச்ச. அப்போ இங்கேயே கொஞ்ச நேரம் நில்லு" என்று மிரட்டினான்.

"நான் சொன்னா உனக்கு கோபம் வருது. உண்மை யிலேயே நீ ஒரு மடையன் தான்" என்றவள் நகரப் போக, அவள் பின்னால் வந்து கையைப் பிடித்துக் கொண்டவனுக்கு அப்போது தான் தலையில் உரைத்தது.

எதையும் யோசிக்காமல் பின்னிருந்து அவளை கட்டிக் கொண்டவன் நீரில் தெரியும் அவளது முகத்தைப் பார்த்தான்.

அவளோடு ஒட்டிக் கொண்டு நின்றதால் இப் போது அவனது முகமும் நீரில் தெளிவாக தெரிய...

நீரில் தெரிந்த பிம்பங்களை ரசித்துக் கொண்டிருந் தவன். அப்போது தான் தன் கையில் மதி மயங்கிப் போய் நின்றிருந்த மனைவியைக் கண்டான்.

அவளை திருப்பியவன், அவளது முகத்தை ஆராய்ந்தான். விரித்து விட்டிருந்த கூந்தல் முகத்தில் லேசாக ஒட்டிக் கொண்டு அவளது முகத்தை மேலும் அழகாக காட்டியது.

அன்று நிலவு வெளிச்சத்தில் காதலியாய் பார்த் ததை விட இன்று மனைவியாய் பார்க்கும் போது மேலும் அழகாய் தெரிந்தாள்.

அதற்கு மேல் அவளது மனதை வாய் வார்த்தை களாஃல் சொல்ல வேண்டிய அவசியத்தை வேண்டாம் என்று உதறிவிட்டுவிட்டு, காதலோடு அவளை இழுத்துக் கொண்டு நீரில் புகுந்தான்.

இனிமையாக அவர்களின் பொழுதுகள் சின்னச் சின்ன சண்டைகளுடன் நகர்ந்தன.

நான்கு மாதம் கழித்து.

கனி முகத்தை உம்மென்று தூக்கி வைத்திருக்க, கார்த்திக் அவளையே பரிதாபமாக பார்த்தான்.

அதில் அவளுக்கு கோபம் வந்துவிட, ''உன்னை நடிக்காதன்னு எத்தனை முறை சொல்லியிருக்கேன்'' என்று சொல்ல,

''அமைதியா பேசு., மூணு குழந்தைங்க இருக்க வயிறு... தாம் தூம்னு குதிக்காத'' என்று அவன் அமைதியாக சொன்னான்.

''அந்த டாக்டர்... அப்படி சொல்லவும் நீ ஏன் அமைதியா இருந்த.''

''நான் யோசிச்சேன்... இதில என்ன தப்பு...''

''என்ன தப்பா... அந்த சோடாபுட்டிக் கிழவன். இந்த காலத்துல எதுக்கு மூணு குழந்தைங்க... ஒண்ணை வேணும்னா கலைச்சிடலாம்னு சொல்றான். நீயும் பதில் பேசாம உட்கார்ந்திருக்க... அப்படி யோசிக்கறவன், என் பக்கத்தில வரும் போதும் இதையெல்லாம் யோசிச்சிருக்கணும்'' என்றவள் அழுவது போல ஆகவிட...

''இங்க பார் கனி. நான் அவர் சொன்னதைப் பத்தியெல்லாம் யோசிக்கலை. நீ சேனல் வேலைல பிஸியா இருக்க. உன்னால எப்படி மூணு குழந்தைங்களை கவனிக்க முடியும்... உன்னோட கனவு லட்சியம் எல்லாம் என்ன ஆகும்னு நான் யோசிச்சேன்... இன்னமும் யோசிச்சுட்டு இருக்கேன்'' என்றான்.

''பிள்ளை பெத்துக்கறவங்க எல்லாம் வேலைக்கு போகாமலேயா இருக்காங்க... இல்ல நான் தான் நேரடியா பீல்டுல இறங்கி வேலை செய்யப் போறேனா... எல்லாம் மேற்பார்வை தானே... அதெல்லாம் நான் பார்த்துக்குவேன்... என்னோட அம்மா எங்க மூணு பேரையும் வளர்த்து... அவ்வளவு பெரிய டெக்ஸ்டைல் கடையையும் பார்த்துக்கலை... அண்ணா படிச்சு முடிக்கற வரைக்குமே அம்மா தான் எல்லாத்தையும்

பார்த்துக்கிட்டாங்க... என்னால முடியும் நீயும் சரின்னு சொல்லு...''

''உன்னோட முடிவுக்கு நான் எப்போ மறுப்பு சொல்லிருக்கேன்...''

''என்னோட முடிவை விடு. உன்னோட விருப்பம் என்ன... அதை முதல்ல சொல்லு'' என்று பிடிவாதம் பிடிக்கவும் சிரித்தவன்...

''இன்னும் மூறு குழந்தைங்க இருந்தாலும் எனக்கு ஓகே தான். நீ தான் தாங்க மாட்ட'' என்று உரைக் கவும். அவனது தோளில் சாய்ந்து கொண்டாள்.

நான்கு வருடங்களுக்கு பிறகு,

தேன்மொழியின் திருமணம் முடியாமல் நான் திருமணம் செய்யமாட்டேன் என்று மாதவ் அடம் பிடித்ததன் விளைவாக நான்கு வருடங்கள் கழித்து இன்று தான் அவனது திருமணம் இன்பரசியுடன் நடந்து கொண்டிருக்கிறது.

தேன்மொழிக்கும் அவள் விரும்பி தேர்வு செய்த ஜெயந்த்திற்கும் நேற்று தான் திருமணம் நடந்து முடிந்திருந்தது.

ஜெயந்த், சந்திரன் குழுவிற்கு சொந்தமான மருத்துவமனையை அவனது அண்ணி ராகவியுடன் நிர்வகித்து வருகிறான்.

தேன்மொழிக்கும், ஜெயந்திற்கும் இடையில் மலர்ந்த காதல் பல பிரச்சனையை தாண்டி